அம்பேத்கரியர்கள்
நெருக்கடியும் சவால்களும்

ஆனந்த் டெல்டும்டே

தமிழில்:
எஸ்.வி. ராஜதுரை

நியூ செஞ்சுரி புக் ஹவுஸ் (பி) லிட்.,
41-பி, சிட்கோ இண்டஸ்டிரியல் எஸ்டேட்,
அம்பத்தூர், சென்னை - 600 050.
☎: 044 - 26251968, 26258410, 48601884

Language: Tamil

Ambedkariyargal

Nerukkadiyum Savalgalum

Author: **Anand Teltumbde**

Tamil Translator: **S.V. Rajadurai**

First Edition: July, 2016

Second Edition: July, 2022

Copyright: Author

No. of pages: vi + 56 = 62

Publisher:

New Century Book House Pvt. Ltd.,

41-B, SIDCO Industrial Estate,

Ambattur, Chennai - 600 050.

Tamilnadu State, India.

email: info@ncbh.in

Online: www.ncbhpublisher.in

ISBN: 978 - 81 - 2343 - 239 - 7

Code No. A 3540

₹ 60.00

Branches

Ambattur (H.O.) 044 - 26359906, **Spenzer Plaza (Chennai)** 044-28490027
Trichy 0431-2700885 **Pudukkottai** 04322- 227773 **Thanjavur** 04362-231371
Tirunelveli 0462- 2323990, 4210990, **Madurai** 0452-2344106, 4374106
Dindigul 0451-2432172 **Coimbatore** 0422-2380554 **Erode** 0424-2256667
Salem 0427-2450817 **Hosur** 04344-245726 **Krishnagiri** 04343-234387
Ooty 0423- 2441743 **Vellore** 0416-2234495 **Villupuram** 04146-227800
Pondicherry 0413-2280101 **Nagercoil** 04652-234990

அம்பேத்கரியர்கள்

நெருக்கடியும் சவால்களும்

ஆசிரியர்: ஆனந்த் டெல்டும்டே

தமிழில்: எஸ்.வி.ராஜதுரை

முதல் பதிப்பு: ஜூலை, 2016

இரண்டாம் பதிப்பு: ஜூலை, 2022

அச்சிட்டோர்: **பாவை பிரிண்டர்ஸ் (பி) லிட்.,**

16 (142), ஜானி.ஜான் கான் சாலை, இராயப்பேட்டை, சென்னை - 14

☎: 044-28482441

Al! rights reserved. No part of this book may be reprinted or reproduced or utilised in any form or by any electronic, mechanical, or other means, now known or hereafter invented, including photocopying and recording, or in any information storage or retrieval system, without permission in writing from the publishers.

என்.சி.பி.எச். பதிப்புக்கான முன்னுரை

இந்தியாவில் அம்பேத்கர் மரபுக்கும் மார்க்ஸிய மரபுக்கும் இணைப்புப் பாலமாகச் சிந்தனைப் பங்களிப்பையும் களப்பணிகளையும் வழங்கிவரும் முனைவர் ஆனந்த் டெல்டும்டெவின் எழுத்துகள் தமிழகத்தில் ஏற்கெனவே பரவலாக அறிமுகமாகியுள்ளன. ஏறத்தாழ ஐந்தாண்டுகளுக்கு முன் அவர், பெங்களூருவில் நிகழ்த்திய அண்ணல் அம்பேத்கர் நினைவுச் சொற்பொழிவின் தமிழாக்கம் கோவை விடியல் பதிப்பகத்தால் குறுநூல் வடிவத்தில் வெளியிடப்பட்டது.

இந்தியாவின் உள்நாட்டு ஏகாதிபத்தியமான சாதியத்தின் ஒடுக்குமுறை, இந்திய முதலாளியத்தை இயக்குவிக்கும் வெளிநாட்டு ஏகாதிபத்தியத்தின் சுரண்டல் ஆகிய இரண்டும் முன் எப்போதையும் விடக் கூர்மையான வடிவங்களை மேற்கொண்டுள்ள இந்தக் கால கட்டத்தில் அம்பேத்கரியச் சிந்தனையின் பெயரால் இயங்கும் அமைப்புகள் பற்றிய மதிப்பீட்டையும் அந்த அமைப்புகளில் முக்கிய மானவை பல எவ்வாறு மேற்சொன்ன இரு ஏகாதிபத்தியங்களின் முகவர்களாகச் செயல்படும் அரசியல் கட்சிகளுடன் அணி சேர்ந்துள்ளன என்னும் விமர்சனத்தையும் முனைவர் ஆனந்த் டெல்டும்டெவின் சொற்பொழிவு கொண்டிருந்தது.

இந்தச் சொற்பொழிவில் (நூல் பக்கம் *31-32*) தலித்துகளின் வாழ்க்கை நிலைமைகளைப் பற்றிய புள்ளிவிவரங்களை அவர் வழங்கியிருந்தார். ஐந்தாண்டுக் காலத்துக்குப் பிறகு இந்தப் புள்ளி விவரங்களில் மாற்றம் - தலித்துகளுக்கும் பிற ஒடுக்கப்பட்ட மக்கள் பிரிவினருக்கும் பாதகமான மாற்றம் - ஏற்பட்டிருக்கிறது. இதற்கு எடுத்துக்காட்டாக இருப்பது உயர் கல்வி தொடர்ந்து தனியார்மயமாக்கப்பட்டு வருவதாகும். மத்திய அரசாங்கத்தின் கட்டுப்பாட்டிலுள்ள 'தேசிய அறிவு ஆணையம்' (The National Knowledge Commission) *2020*ஆம் ஆண்டில் உயர் கல்வி

நிறுவனங்களில் மாணவர்களின் சேர்க்கைக்கான குறியிலக்கான 30 விழுக்காட்டை அடையவேண்டுமானால், 190 பில்லியன் டாலர் உயர் கல்வியில் முதலீடு செய்யப்பட வேண்டும் என்று மதிப்பிட்டது. அதேவேளை, இந்தத் தொகையை வெளிநாட்டு நேரடி முதலீடுகள் மூலம் பெற வேண்டும் என்று பரிந்துரைத்தது! அதாவது, உயர் கல்வியில் முதலீடு செய்வதற்கு மத்திய அரசாங்கத்திடம் நிதி இல்லையாம். ஆனால், இதே மத்திய அரசாங்கம்தான், 2012-13ஆம் ஆண்டில் மட்டும் கார்ப்பரேட் நிறுவனங்களுக்கு ரூ 5,73,627 இலட்சம் கோடி (அன்றைய ரூபா- டாலர் பரிவர்த்தனை விகிதத்தை எடுத்துக்கொண்டால் ரூ 100 பில்லியன் டாலர்) வரிவிலக்குத் தந்தது.

இந்தியாவில் உயர் கல்வி கற்கும் வயதிலுள்ளவர்களின் (14 முதல் 24 வயது வரை) எண்ணிக்கை 234 மில்லியன். இவர்களைத்தான் உள்நாட்டு, வெளிநாட்டுத் தனியார் நிறுவனங்கள் குறி வைக்கின்றன - தங்கள் சுரண்டலுக்கும் கொழுத்த ஆதாயத்துக்கும். உயர் கல்வியில் தனியார் துறை மிகவும் ஆதிக்கம் செலுத்தும் நாடுகளில் இந்தியாவும் ஒன்று. கல்வித் துறையில் 100 விழுக்காடு வெளிநாட்டு நேரடி மூலதனம் இருப்பதை அரசாங்கம் அனுமதிக்கின்றது. 2000ஆம் ஆண்டிலிருந்து 2015 வரை இந்திய உயர் கல்வி நிறுவனங்களுக்கு வந்துள்ள வெளிநாட்டு நேரடி முதலீடு 1,171,000 மில்லியன் டாலராகும். இங்கு ஏற்கெனவே 634 வெளிநாட்டுப் பல்கலைக் கழகங்களும் கல்வி நிறுவனங்களும் இயங்கி வருகின்றன (தனியார், அரசாங்கக்கூட்டு நிறுவனங்கள், இந்தியப் பல்கலைக் கழகங்களுக்கு வெளிநாட்டுப் பல்கலைக் கழகங்களின் ஒத்துழைப்பு என்னும் பெயர்களில்) என்று இந்தியப் பல்கலைக் கழகங்களின் சங்கம் (Association of Indian Universities) கூறுகிறது. வரலாற்று ரீதியாகப் பார்த்தோமேயானால், இந்தியாவில் அரசாங்கம் உயர் கல்விக்குப் பட்டினி போட்டு வந்துள்ளதைப் பார்க்கலாம். அதாவது அரசாங்கம் உயர் கல்வி கற்கும் மாணவர்கள் ஒவ்வொருவருக்கும் சராசரியாக அளித்து வரும் நிதி உதவி 406 டாலர். இது வளர்முக நாடுகளில் சம்பந்தப்பட்ட அரசாங்கத்தால் வழங்கப்படும் நிதி உதவியை விடக் குறைவு. இந்த நிதி உதவி மலேசியா, பிரேஸில், இந்தோனிஷியா ஆகியவற்றில் முறையே 11,790 டாலர், 3986 டாலர், 666 டாலர். இந்திய உயர் கல்வி நிறுவனங்களில் வழங்கப்படும் கல்வியின் தரம் என்பதைப் பார்த்தால், அது உலகில் 240ஆம் இடத்தைத்தான் பெற்றுள்ளது. இப்போது மத்திய அரசாங்கம் வகுத்துள்ள கல்விக் கொள்கை, உயர் கல்வி வழங்குவதை முழுக்க முழுக்க உள்நாட்டு, வெளிநாட்டுக் கல்விக் கொள்ளைக்காரர்களிடம் ஒப்படைப்பதைக் குறிக்கோளாகக் கொண்டிருக்கிறது. ஆக, அட்டவணை சாதியினர், அட்டவணைப் பழங்குடியினர் ஆகியோருக்கு மட்டுமின்றி, இதர பிற்படுத்தப்பட்ட

வகுப்பினருக்கும் உயர் கல்வி நிறுவனங்களில் இட ஒதுக்கீடு முற்றிலும் ஒழிக்கப்படும் நிலை உருவாகியுள்ளது (Anand Teltumbde, WTO's Nairobi Ministerial:Portents for Higher Education, Economic and Political Weekly,December 5, 2015).

மேற்சொன்ன சொற்பொழிவில் காணப்படும் அவதானிப்புகள் எதனையும் மாற்றிக்கொள்ளக் கூடிய அளவுக்கு இந்தியாவில் அம்பேத்கரிய இயக்கங்களில் பண்புரீதியான மாற்றம் ஏற்பட்டுள்ளதாகத் தாம் கருதவில்லை என்றும், தங்கள் மீதான ஒடுக்குமுறைக்கு எதிராகத் தலித் மக்கள் தன்னெழுச்சியாக நடத்தும் போராட்டங்களை ஆற்றுப்படுத்தி, அவற்றை மேற்சொன்ன இரு ஏகாதிபத்தியங்களுக்கு எதிராகத் திருப்பிவிடும் நீண்டகாலச் செயல்திட்டத்தையோ, தத்துவக் கண்ணோட்டத்தையோ கொண்ட தலித் இயக்கங்களின் வருகைக்கு நாம் இன்னும் காத்திருக்க வேண்டியிருக்கிறது என்றும், சாதி ஒழிப்புப் போராட்டம், வர்க்கப் போராட்டம் ஆகிய இரண்டையும் இணைத்துச் செல்லக்கூடிய ஆக்கபூர்வமான, செயலூக்கமுள்ள, சிந்தனையிலும் செயலிலும் புதுமைகளைச் செய்யும் ஆற்றலை இந்தியாவிலுள்ள மார்க்ஸிய இயக்கங்களும்கூட வெளிப்படுத்துவதாகத் தெரியவில்லை என்றும் கருதும் முனைவர் ஆனந்த் டெல்டும்டெ, ஐந்தாண்டுகளுக்கு முன் தாம் சுட்டிக்காட்டிய சந்தர்ப்பவாத, சுயநலவாதப் போக்குகள் இந்தியாவிலுள்ள முக்கிய தலித் கட்சிகளில் முன்பைவிடக் கூடுதலாகக் காணப்படுகின்றன என்றும் கருதுகிறார்.

இந்தச் சூழலில் அவருடைய இசைவுடன், என்.சி.பி.எச். நிறுவனத்தின் முதல் பதிப்பாக வெளியிடப்படும் இந்தக் குறுநூல் தலித் செயல்வீரர்கள், சிந்தனையாளர்கள், இடதுசாரிகள் ஆகியோரின் மேலதிக கவனத்தை ஈர்க்கக்கூடும்.

எஸ்.வி.ராஜதுரை

கோத்தகிரி

28.07.2016

அம்பேத்கரியர்கள்
நெருக்கடியும் சவால்களும்

மகாராஷ்டிர மாநிலத்தின் விதர்பா பகுதியில் நிலமற்ற விவசாயத் [தலித்] தொழிலாளர் குடும்பத்தில் பிறந்த முனைவர் ஆனந்த் டெல்டும்டே, பொறியியல் பட்டப் படிப்பை முடித்த பின், வணிக நிர்வாகத்தில் முதுநிலைப் பட்டமும், மேலாண்மைக் கல்வியியலில் முனைவர் பட்டமும் பெற்றார். அரசியல், பொருளாதாரம், நவீன அறிவியல் - தொழில்நுட்பம், தத்துவம், இலக்கியம் முதலிய பல்வேறு துறைகளில் ஆழ்ந்த அக்கறையும் விரிவான படிப்பும் துறைகளில் ஆழ்ந்த அக்கறையும் விரிவான படிப்பும் கொண்ட டெல்டும்டே, தனது மாணவப் பருவத்திலிருந்தே மக்கள் போராட்டங்களில் பங்கேற்று வந்திருக்கிறார். 1970களில் மேற்கு வங்கத்தில் நடைபெற்ற கட்டடத் தொழிலாளிகள் போராட்டம், 1980களில் நடந்த மும்பை நூற்பாலைத் தொழிலாளர்கள் போராட்டம், குடிசைவாழ் மக்கள், ஒப்பந்தத் தொழிலாளர்கள் போராட்டங்கள் என அவர் தொடர்ந்து பல்வேறு போராட்டங்களில் இன்றுவரை தன்னை ஈடுபடுத்திக் கொண்டு வருகின்றார். ஜனநாயக உரிமைகள் பாதுகாப்புக் குழு (Committee for the Protection of Democratic Rights-CPDR), இந்திய மக்களுக்கான மனித உரிமைக் குழு (Indian People's Human Rights Committee) ஆகியவற்றில் செயலூக்கமுள்ள உறுப்பினராகச் செயல் படும் அவர், கடந்த இருபதாண்டுகளுக்கும் மேலாக சாதி வன் கொடுமைகள், மதக் கலவரங்கள் ஆகியன தொடர்பான உண்மை அறியும் குழுக்களில் பங்கேற்று, மிக ஆழமான ஆய்வறிக்கைகளைத் தயாரித்து வெளியிடுவதிலும் முக்கியப் பங்களிப்புச் செய்து வருகிறார். இந்தியாவின் புகழ்பெற்ற வார ஏடான 'எக்னாமிக் அண்ட் பொலிடிகல் வீக்லி'யில் தொடர்ந்து எழுதி வரும் அவரது எழுத்துகள் இந்தியாவிலும் வெளிநாடுகளிலும் உள்ள பல்வேறு ஏடுகள், இணையதளங்கள் ஆகியவற்றில் தொடர்ந்து வெளியிடப்படுகின்றன. இந்தியாவிலும் வெளிநாடுகளிலுமுள்ள பல்வேறு பல்கலைக் கழகங்களில் சிறப்புரைகளாற்றியும் ஆய்வுக் கட்டுரைகள் படித்தும் புரட்சிகரமான சமுதாய மாற்றத்தைக் காண விரும்புவோரின் பெரும் மதிப்பைப் பெற்றுள்ள அவர், அடித்தட்டு மக்கள் நடத்தும் கூட்டங்களிலும் கருத்தரங்குகளிலும் மிகுந்த உற்சாகத்துடன் கலந்து

கொள்கிறார். அவர் இதுவரை எழுதியுள்ள பதினெட்டு நூல்கள் பெரும்பாலும் ஆங்கிலத்தில் எழுதப்பட்டவையே என்றாலும், அவற்றில் பல பல்வேறு இந்திய மொழிகளில் மொழியாக்கம் செய்யப்பட்டுள்ளன.

தலித் இயக்கத்தைச் சேர்ந்தவர்கள், பொதுவுடைமை இயக்கத்தைச் சேர்ந்தவர்கள் ஆகியோரிடையே ஆழமான படிப்புக்கும் விவாதத்துக்கும் உட்படுத்தப்பட்ட அவரது ஆங்கில நூலான Anti Imperialism and the Annihiliation of Castes என்னும் நூல், இந்திய மொழிகளில் தமிழில்தான் முதலில் மொழியாக்கம் செய்யப்பட்டது. தோழர் எஸ்.வி. ராஜதுரையால் தமிழாக்கம் செய்யப்பட்ட அந்த நூலை 'ஏகாதிபத்திய எதிர்ப்பும் சாதி ஒழிப்பும்' என்னும் தலைப்பில் 2009 ஆம் ஆண்டில் வெளியிட்ட விடியல் பதிப்பகம், அவர் கடந்த 14.04.2011 அன்று பெங்களூருவில் ஆற்றிய அம்பேத்கர் நினைவுச் சொற்பொழிவின் தமிழாக்கத்தை வெளியிடுவதிலும் பெருமை கொள்கிறது. 'Crisis of Ambedkarites and Future Challenges' என்னும் தலைப்பிலான அந்த ஆங்கில உரை 'Countercurrents.org' என்னும் இணையதளத்தில் 22.04.2011 அன்று வெளியிடப்பட்டது.

தலித் இயக்கங்கள் எதிர்கொள்ளும் நெருக்கடிகளையும் சவால்களையும் குறித்து முனைவர் ஆனந்த் டெல்டும்டே கூறியுள்ள கருத்துகள் பல, பெரியார் இயக்கங்களாலும் கருத்தில் கொள்ளப்பட வேண்டியவையாகும்.

அந்த உரையைத் தமிழாக்கம் செய்து, தேவையான குறிப்புகளை எழுதித் தந்த தோழர் எஸ்.வி. ராஜதுரைக்கும், தமிழாக்கத்தை வெளியிட இசைவு தந்த முனைவர் ஆனந்த் டெல்டும்டேவுக்கும் எங்கள் நன்றி.

விடியல் பதிப்பகம்

அம்பேத்கரியர்கள் எதிர்கொள்ளும் நெருக்கடியும் எதிர்காலச் சவால்களும்

❖━━━━❖━━━━❖

[14.04.2011 அன்று பெங்களூருவில் உள்ள ஸ்பூர்த்தி தாமில் இருக்கும் அம்பேத்கர் ஹப்பாவில் நிகழ்த்தப்பட்ட அம்பேத்கர் நினைவு சொற்பொழிவு]

முதலாவதாக, இந்தத் திருநாளில், மூன்றாவது அம்பேத்கர் நினைவுச் சொற்பொழிவாற்ற என்னை அழைத்து இந்த கௌரவத்தை வழங்கியுள்ள அமைப்பாளர்களுக்கு நன்றியைத் தெரிவித்துக் கொள்கிறேன். அம்பேத்கரிய தலித் இயக்கம் உள்ள நிலையைக்கண்டு வருத்தமுற்றுள்ள மக்களின் மனத்தில் எல்லாவற்றுக்கும் மேலான முக்கியத்துவம் பெற்றுள்ள ஒன்றே எனது சொற்பொழிவுக்கான விடயமாகும். அது, இந்த நாட்டின் புரட்சிகர எதிர்காலத்துக்கும்கூட மிகவும் முக்கியமானதுமாகும். இந்த விடயம் தொடர்பான பிரச்சனைகள் குறித்துப் பல்வேறு சந்தர்ப்பங்களில் தனித்தனியாகப் பேசியுள்ளேன். பெரும்பாலும் கடந்த இருபதாண்டுகளுக்கும் மேலாக நாடு முழுவதிலும் நான் ஆற்றிவந்த அம்பேத்கர் நினைவுச் சொற்பொழிவுகளில்தான் அவற்றைப்பற்றிப் பேசிவந்தேன். எனினும் அம்பேத்கரியர்கள் எதிர்கொள்ளும் நெருக்கடிகள் குறித்து முழுமை யாகவும் தனிச்சிறப்பாகவும் பேசுவது என்பதான சவாலை இதற்கு முன் நான் ஒருபோதும் எதிர்கொண்டதில்லை. இந்தச் சவால், அம்பேத்கரியத்திற்கே நேர்ந்துள்ள நெருக்கடியைக் குறிப்பதனால், அது இன்னும் உக்கிரமானதாகிறது. அம்பேத்கரியத்திற்கு நேர்ந்துள்ள நெருக்கடி என்று பேசினாலே தலித் மக்கள் உணர்ச்சிவசப் பட்டுவிடுவர். இதை அனுபவத்தில் நன்கு உணர்ந்திருக்கிறேன். சாராம்சத்தில், இந்த சவால் என்னைப் பொருத்தவரை, விமர்சனம் செய்வதை விடுத்துப் புறநிலைரீதியாகப் பேசுவதும், குற்றம் சொல்வதை தவிர்த்து நேரடியாக விடயங்களைச் சொல்வதும், மற்றவர்களின் மனத்தைப் புண்படுத்துவதைத் தவிர்த்துத் துல்லியமாகச் சொல்வதும்தான். இந்த சவாலை எதிர்கொள்ள என்னால் இயன்றதைச் செய்வேன். ஆனால் இதில் நான் தோல்வியடை வேனாகில், இந்த நாட்டின் அங்கம் போன்றதாக உள்ள பாட்டாளி

வர்க்கம் [Organic Proletariat] என நான் அழைத்துவரும் தலித்துகளின் இயக்கம் சரியான பாதைக்குத் திரும்பிச்செல்வதைப் பார்க்கவேண்டும் என்று எனக்குள்ள மிகுந்த ஆதங்கம்தான் அதற்குக் காரணம் என்று நீங்கள் அருள்கூர்ந்து புரிந்து கொள்ளவேண்டும். எனக்குக் கொடுக்கப் பட்டுள்ள சொற்பொழிவுத் தலைப்பை நான்கு தர்க்கரீதியான பகுதிகளாகப் பிரித்துக்கொள்ள விரும்புகிறேன். முதலாவதாக, இப்போதுள்ள பல்வேறு வகை அம்பேத்கரியர்களை மதிப்பிட்டு, அம்பேத்கரியர் என்னும் அடையாளம் எவ்வாறு அதற்கு நேர்எதிரான அர்த்தத்தைக்கொண்ட நிலைக்குக் குறுக்கப்பட்டுள்ளது என்பதையும் வெகுமக்களிடையே தற்போது நிலவும் குழப்பத்தை அது அதிகரிக்கச் செய்யவே உதவியிருக்கிறது என்பதையும் வலியுறுத்த விரும்புகிறேன். இரண்டாவது பகுதி, அம்பேத்கரியர்கள் எதிர்கொள்ளும் பல்வேறு வகை நெருக்கடிகளைக் கணக்கிட முயலும். இந்த நெருக்கடிகளுக்கான காரணங்கள் என நான் கருதுவனவற்றை மூன்றாம் பகுதியில் பட்டியல் இடுவேன். நான்காவதும் இறுதியானதுமான பகுதியில், என்னால் அடையாளப்படுத்தப்பட்ட காரணங்களைக் கடந்துவரும் பொருட்டு, அம்பேத்கரியர்கள் எதிர்கொள்ளும் நெருக்கடிகளை நாம் விவாதிப்போம்.

முதலாவதாக, அம்பேத்கரியர்கள் யார் என்னும் கேள்வியுடன் தொடங்குவோம்.

அம்பேத்கரியர்கள் யார்?

அம்பேத்கரியர், அம்பேத்கரியம் என்பன தலித் வெகு மக்களின் பொதுவான சொல்லாடலின் பகுதிகளாகியுள்ளன. வெகுமக்களிடையே புழக்கத்தில் உள்ள பதங்களைப்போல இவற்றுக்கும் துல்லியமான அர்த்தங்கள் இல்லை. கல்லூரிப் பேராசிரியர்களாகவும் ஆராய்ச்சியாளர்களாகவும் [academics] இருக்கிறவர்கள்கூட துல்லியமான அர்த்தத்தில் இவற்றைப் பயன் படுத்துவதில்லை. இப்பதங்களுக்கான அர்த்தத்தை வரையறுக்கச் சிலர் செய்த முயற்சியின் வெற்றி கேள்விக்குரியது. அவர்களது முயற்சியின் விளைவுகளுக்கும் அப்பதங்களை வெகுமக்கள் எப்படிப் பயன்படுத்துகிறார்களோ அதற்கும் தொடர்புப் பொருத்தம் ஏதுமில்லை. இந்தப் பதங்களைப் பயன்படுத்துபவர்களைக் கேள்வி கேட்டால் அவர்களிடமிருந்து வழக்கமாக வரும் உடனடிப் பதில் இதுதான்: காந்தியவாதி, லோகியாவாதி என்பன போன்ற பதங்களுக்கும் வரையறுக்கப்பட்ட அர்த்தங்கள் இல்லை, அப்படியிருக்க அம்பேத்கரியர் என்பதற்கு வரையறை என்ன என்று ஏன் வலியுறுத்த வேண்டும்? தீங்கற்றவையாக ஒலிக்கும் இத்தகைய

வாதங்கள் அம்பேத்கரிய தலித்துகளின் நடைமுறைகள் குறித்த ஏராளமான தகவல்களை உள்ளடக்கியுள்ளன. இந்து மதம், இந்துப் பண்பாடு ஆகியன மேலாண்மை செலுத்தும் சமுதாயத்தில் நிலவுகின்ற அனைத்தையும் சந்தேகிக்கவேண்டிய தலித்துகள், அச்சமுதாயத்திலுள்ள ஒவ்வொன்றையும் முன்மாதிரியாகக் கொள்வது – நாங்கள் அதனை வித்தியாசமாகப் பயன்படுத்துகிறோம் என்று உரிமை பாராட்டிக் கொண்டபோதிலும் – விந்தையானது. பாலி மொழியில் உள்ள நீண்ட கதைப்பாடல்களை ஏன் பாடுகின்றீர்கள்? அர்த்தமில்லாத மதச் சடங்குகளை ஏன் கடைப்பிடிக்கிறீர்கள்? பழைய சம்பிரதாயங்களை ஏன் இன்னும் வைத்திருக்கிறீர்கள்? என்று அம்பேத்கரியர்களைக் கேட்டால், சட்டென்று அவர்கள் பதில் சொல்கிறார்கள்: 'இந்துக்களும்தான் அவற்றைச் செய்கிறார்கள்'. உண்மையில், அவர்களது நடத்தையை விமர்சனக் கண்ணோடு பார்த்தோமேயானால், அவர்களது பண்பாட்டு வாழ்க்கை முழுவதுமே இந்துக்கள் என்ன செய்கிறார்களோ அதே பாணியில்தான் இருக்கின்றது. அவர்கள் உணர்வுபூர்வமாக இந்துக்களை விமர்சனம் செய்தாலும், உணர்வுபூர்வமற்ற வகையில் அவர்கள் ஒவ்வொரு விடயத்திலும் இந்துக்களையே பின்பற்றுகிறார்கள். தற்போதைய போலி அறிவுஜீவிப் போக்குகளான தலித் முதலாளியம், தலித் பூர்ஷ்வா வர்க்கம் முதலியவையும்கூட, தலித்துகளையும், தலித் அல்லாதவர் களையும் உள்ளடக்கிய சமுதாயத்திலுள்ள முன்மாதிரிகளை நகல் செய்வதேயன்றி வேறு அல்ல. இத்தகைய நடத்தை முறைகளை ஆதரித்து வழக்காடுபவர்களுச்கு நாம் சொல்லக்கூடிய மிகச் சுருக்கமான பதில் இதுதான்: உங்கள் எதிரிகளை நீங்கள் முன்மாதிரிகளாகக் கொள்ள முடியாது. எதிரியின் விளையாட்டை அவனது விதிமுறைகளுக்கு ஏற்ப விளையாடுவீர்களேயானால், உங்கள் தோல்விக்கான பாதையை வகுத்துவிடுவீர்கள். இங்கு நான் 'எதிரி' என்னும் சொல்லை, அதன் பொதுவான அர்த்தத்தில் பயன்படுத்துகிறேனேயன்றி, ஒரு குறிப்பிட்ட சாதியையோ மதத்தையோ அல்ல. எனவே, இந்த விடயத்தில் எழக்கூடிய விவாதம் என நாம் கருதுகிற அனைத்துக்கும் இது முற்றுப்புள்ளி வைத்துவிடும் என நம்புகிறேன்.

இனி, நாம் பல்வேறு துறைகளில் நடப்பிலுள்ள அனைத்து அம்பேத்கரியர்களைப் பற்றிய மதிப்பீட்டுக்குச் செல்வோம்.

அரசியல்

1927இல் நடந்த மஹட் போராட்டங்களின் போது இந்துக்கள் நடந்துகொண்ட முறையில் அதிருப்தியடைந்த பாபாசாஹெப்

அம்பேத்கர், மிகவிரைவிலேயே இந்து சமுதாயத்தில் சீர்திருத்தங்களைக் கொண்டு வருகின்ற முயற்சிகள் அனைத்தையும் கைவிட்டு, அரசியலில் புதிதாகத் தோன்றிவந்த வாய்ப்புகளைப் பயன்படுத்திக் கொள்வதில் கவனம் செலுத்தினார். 1936இல் சுதந்திரத் தொழிலாளர் கட்சியையும் [Independent Labour Party] பின்னர் அரசியலில் வகுப்புரிமைசார்ந்த நிலைப்பாடுகள் அதிகரித்துவந்ததைக் கருத்தில் கொண்டு 1942இல் அட்டவணை சாதிகளின் கூட்டமைப்பையும் [Scheduled Castes Federation-SCF] நிறுவினார். அவரது இறுதிநாள்களில், கம்யூனிஸ்ட் அல்லாத முற்போக்குச் சக்திகள் அனைத்தையும் ஒரே பதாகையின் கீழ் கொண்டுவருவதற்காக 'இந்தியக் குடியரசுக் கட்சி' [ஆர்.பி.ஐ.] என்னும் பெயரிலமைந்த வித்தியாசமான அரசியல் அமைப்பை உருவாக்குவது குறித்துச் சிந்தித்தார். அவப்பேறாக, அக்கட்சியின் உருவாக்கத்தைக் காண்பதற்குள் உயிர்நீத்துவிட்டார். எனினும் அவரது விருப்பங்களுக்கு மதிப்புக்கொடுத்து, அவரது ஆதரவாளர்கள் 'அட்டவணை சாதிகளின் கூட்டமைப்பை'க் கலைத்துவிட்டு, இந்தியக் குடியரசுக் கட்சியை உருவாக்கினர். ஆனால் அது அம்பேத்கரின் இலட்சியங்களை உட்கிரகிக்கத் தவறியது. 'அட்டவணை சாதிகளின் கூட்டமைப்பு' என்னும் பழைய அமைப்புக்கான புதிய அடையாளச் சீட்டாக மட்டுமே அமைந்தது. இந்தியக் குடியரசுக் கட்சி நிறுவப்பட்டபோது, அக்கட்சி, தலைமைக் குழு [Presidium] என்னும் அமைப்பின் மூலம் தனக்குக் கூட்டுத் தலைமையை ஏற்படுத்திக்கொள்ளவே விரும்பியது; அதற்குக் காரணம், அம்பேத்கரின் அளவுக்கு மக்களின் நம்பிக்கையைப் பெறக்கூடிய வேறு தலைவர் யாரும் இல்லை என்பதை அது உணர்ந்திருந்ததுதான். ஆனால் இந்த சோதனை முயற்சியும்கூட நீடித்து நிற்கவில்லை; இந்தியக் குடியரசுக் கட்சி பிளவடைந்தது. அக்கட்சியின் தலைமைக் குழு உறுப்பினர்களிலொருவரும் வழக்குரைஞராக இருந்தவருமான பி.சி.காம்ளே, அம்பேத்கரியம் என்பது அரசியல் சட்டவாதமேயன்றி [Constitutionalism] வேறல்ல என்றும் தன்னைப்போன்ற கல்வியறிவு பெற்றவர்களால் மட்டுமே அதைப் புரிந்துகொள்ள முடியும் என்றும் வாதிட்டார். அப்போது அக்கட்சியிலிருந்த மூத்தத்தலைவரான தாதாசாஹெப் கெய்க்வாட்டை 'தோட்டார்யா' [கிராமவாசிகளின் உடையாகிய வேட்டி கட்டியவர்] என்று இகழ்ந்துரைத்தார்; கம்யூனிஸ்டுகளை மகிழவைக்கிறவர் என்று அவர் மீது குற்றம் சாட்டினார். அதன் பிறகு, அம்பேத்கரியம் என்றால் என்ன என்னும் பிரச்சனையில் அக்கட்சி தொடர்ந்து பிளவுபட்டுக்கொண்டே வந்தது. தொடக்கத்திலிருந்தே சில இளம் தலைவர்கள், இந்தியக் குடியரசுக் கட்சியில் தங்களுக்கு எதிர்காலம்

இல்லை என்பதைக் கண்டு, முற்றிலும் சொந்த வசதி வாய்ப்பு களுக்காக காங்கிரஸ் கட்சியில் சேரத் தொடங்கினர். ஆனால் 'அம்பேத்கரியர்' என்னும் அடையாளச் சீட்டை அவர்கள் கைவிட வில்லை. பின்னர், தாதாசாஹெப் கெய்க்வாடின் தலைமையில் நிலச்சீர்திருத்தத்திற்கான நாடு தழுவிய சத்யாக்கிரகத்தை இந்தியக் குடியரசுக் கட்சி தொடங்கியபோது, அந்த முற்போக்கான நடவடிக்கையை மேற்கொண்ட தலித்துகளின் துணிவைக்கண்டு அச்சமுற்ற காங்கிரஸ், அந்த முற்போக்கு உணர்வைக் கட்டுப் படுத்துவதற்காக, தலித் தலைவர்களை அணைத்துச்செல்லும் [Coopt] உத்தியை உணர்வுபூர்வமாக மேற்கொண்டது. அந்த உத்திக்கு முதலில் பலியானவர்களிலொருவர் தாதாசாஹெப் கெய்க்வாடே ஆவார். அவர் காங்கிரஸின் நோக்கத்தை அறிந்திருந்தபோதிலும் அவரால் அதை முறியடிக்க முடியவில்லை. அவர் மாநிலங்கள் அவை உறுப்பினராக்கப்பட்டார். தலித் தலைவர்களை அணைத்துக் கொள்ளும் உத்தியை நிறைவேற்றியவர் அன்றைய மகாராஷ்டிர முதலமைச்சர் யஷ்வந்த்ராவ் சௌஹான் ஆவார்.

1960களின் பிற்பகுதியில், பல்வேறு மக்கள் இயக்கங்களின் காரணமாக உலகம் முழுவதுமே கொந்தளித்துக் கொண்டிருந்த போது, அதிகரித்து வந்த சாதி வன்கொடுமை நிகழ்ச்சிகளுக்கு எதிர்வினையாக மும்பையிலுள்ள தலித் இளைஞர்கள், அமெரிக்கா வில் உள்ள 'கறுஞ் சிறுத்தைகள்' [Black Panthers] என்னும் அமைப்பை முன் மாதிரியாகக் கொண்டு 'தலித் சிறுத்தைகள்' [Dalit Panthers] என்னும் அமைப்பை உருவாக்கினர். சாதியைக் கடந்து, சாதிய ஒடுக்குமுறைக்கும் பொருளாதாரச் சுரண்டலுக்கும் உட்படுத்தப் பட்ட அனைவரையும் 'தலித்துகள்' என்று ஒன்றிணைக்க முயன்றனர்; சமுதாயத்தை மாற்றியமைப்பது குறித்த போர்க்குணமிக்க பேச்சுகளைப் பேசினர். சிந்தனையிலும் செயலிலும் தலித் சிறுத்தைகள் அமைப்பு உருவாக்கிய மாற்றம் நிறுவனமயமான சக்திகளை அச்சுறுத்தியது; உலகத்திற்கு திகைப்பை ஏற்படுத்தியது. ஆனால், அது முக்கியத்துவம் வாய்ந்த எதனையும் சாதிக்கும் முன்பே பிளவுபட்டது. ராஜா தாளே என்பவர், அம்பேத்கரியம் என்னும் பிரச்சனையை எழுப்பி, பாபாசாஹெப் அம்பேத்கரால் எதிர்க்கப்பட்ட கம்யூனிசத்தின் மீது சாய்வதாக மற்றவர்கள் மீது குற்றம் சாட்டினார். அவரது அம்பேத்கரியம் என்பது பௌத்தமாகும். தலித் சிறுத்தைகள் பிளவுபட்டுப் பின்னர் காணாமலேயே போய்விட்டனர். ஆனால் காலஞ்சென்ற அருண் காம்ளே, ராம்தாஸ் அத்வாலே போன்றோரின் தலைமையில் பாரதிய தலித் சிறுத்தைகள் என்னும் வடிவத்தில் மீண்டும் முளைத்தனர். 1980களின் தொடக்கத்தில், அம்பேத்கர் மீதான

ஏக்கம் தலித் மக்களிடையே உச்சகட்டத்தை அடைந்தபோது, அவரது பேரன் பிரகாஷ் அம்பேத்கர் களத்திற்கு வந்தார். தலித்துகள் அவருக்கு வழங்கிய நல்ல வரவேற்பின் அடிப்படையில் தலித்துகள், பிற ஏழை மக்கள் ஆகியோரின் பொருளாதாரப் பிரச்சனைகளுக்காக சில நல்ல போராட்டங்களை நடத்தினார். முற்போக்கான தலித் இயக்கம் மீண்டும் தலைதூக்கியதால் கலக்கமுற்ற மகாராஷ்டிரா முதலமைச்சர் ஷரத் பவார், தனது ஆசானும் முன்பு தாதாசாஹெப் கெய்க்வாடை கைக்குள் போட்டுக்கொண்டவருமான யஷ்வந்த்ராவ் சௌஹானின் அடிச்சுவட்டைப் பின்பற்றி, பிரகாஷ் அம்பேத்கரைச் செயல் அற்றவராக்குவதற்கு ராம்தாஸ் அத்வாலேவைத் தெரிவு செய்தார். அதன் பிறகு அவர் பல விளையாட்டுகளை விளையாடியிருக்கிறார். அவற்றில் மிகவும் அவக்கேடானது, அவரது கையாளான அத்வாலேவைக் கொண்டு தலித் அமைப்புகளை ஒன்றிணைப்பது என்னும் பெயரால் அவர் ஆடிய ஆட்டம்தான். இந்த ஆட்டங்களின் மூலம் அவர் மகாராஷ்டிராவில் தலித் இயக்கத்தை முழுமையாக ஒழித்துக்கட்டிவிட்டார். மகாராஷ்டிராவில் இன்று தலித் இயக்கம் என்பது இந்தியக் குடியரசுக் கட்சியின் ஏராளமான குழுக்கள், பிரகாஷ் அம்பேத்கரின் பாரிப் பஹுஜன் மஹாசங், தலித் சிறுத்தைகளின் சில குழுக்கள், எண்ணற்ற சுவரொட்டி அமைப்புகள் எனக் குறுகிவிட்டது. இவையாவும் ஆளும் வர்க்கங்களிடமிருந்து அரசியல் வகையில் தங்கள் பங்குகளைப் பெறுவதற்காக தேர்தல் காலங்களில் செயலூக்கம் பெற்றுவிடுகின்றன. அவை அனைத்தும் அம்பேத்கரியத்தின் பெயரால் சூளுரைக்கின்றன, தம்மை அம்பேத்கரியர்கள் என அழைத்துக் கொள்கின்றன என்பதைச் சொல்லத் தேவையில்லை. அவை ஒவ்வொன்றும் பிற குழுக்களிடமிருந்து பிளவுபடுவது, அவற்றுக்குள்ள வேறுபாடுகளைக் குறிக்கிறது என்றாலும் அந்த வேறுபாடுகள் எல்லாம் கருத்துநிலைரீதியானவை [Ideological] என்று சொல்ல முடியாது. எனினும் அந்தப் பிளவுகளும் வேறு பாடுகளும் அந்தக் குழுக்கள் அனைத்தும் உரிமை கொண்டாடும் 'அம்பேத்கரியர்கள்' என்னும் அடையாளத்தைப் பாதிப்பதில்லை. ஒரு குழு காங்கிரஸுடனும் மற்றொரு குழு பாஜகவுடனும் வேறு சில குழுக்கள் வேறு எவருடனாவதும் அணி சேரமுடியும். ஆனாலும் அவை அனைத்தும் 'அம்பேத்கரிய' குழுக்களாகவும் இருக்கமுடியும்! பிற மாநிலங்களிலும் ஏறத்தாழ இதே கதைதான். தலித் சிறுத்தைகள் என்னும் கருத்து, பல்வேறு மாநிலங்களிலும் தத்தம் தலித் சிறுத்தைகள் அமைப்பை ஏற்படுத்தும்படி இளைஞர்களை ஊக்குவித்தது. அண்டை மாநிலமான குஜராத்தில், துடிப்புமிக்க தலித் சிறுத்தைகள் அமைப்பு தோன்றியது. ஆனால் அதுவும்கூட ஒழித்துக் கட்டப்பட்டது. கர்நாடகாவில், தலித் சங்கர்ஷ் சமிதி மேற்சொன்ன

அமைப்புகளைக் காட்டிலும் கூடுதலான காலம் வாழ்ந்து, ஊக்கம் தரக்கூடிய பல போராட்டங்களை நடத்தியது என்றாலும் உட்பிளவுகள், வெளிச்சக்திகளின் ஆசை காட்டுதல்கள் ஆகியவற்றிலிருந்து அதனால் தப்பிப்பிழைக்க முடியவில்லை. இதுவரை, அரசியல் களத்தில் இந்தப் பிளவுபடும் போக்கிற்கு ஒரே விதிவிலக்காக உள்ள அமைப்பு காலஞ்சென்ற கன்ஷிராம் உருவாக்கிய பஹுஜன் சமாஜ் கட்சி மட்டுமே.

தலித் சிறுத்தைகள் அமைப்பு எந்தக் காலகட்டத்தில் தோன்றியதோ கிட்டத்தட்ட அதே காலகட்டத்தில்தான் கன்ஷிராம் மகாராஷ்டிராவில், பாம்செஃப் [BAMCEF] என்னும் அமைப்பைத் தொடங்கி தலித்துகள், ஆதிவாசிகள், பிற்படுத்தப்பட்ட வகுப்புகள், மிகவும் பிற்படுத்தப்பட்ட வகுப்புகள், இதர சிறுபான்மைச் சமூகத்தினர் ஆகியவற்றைச் சேர்ந்த அரசாங்க அலுவலர்களை ஒன்று திரட்டினார். தங்கள் சமூகங்களிடமிருந்து துண்டிக்கப்பட்டவர்களும் பிற சமூகங்களால் ஏற்றுக்கொள்ளப்படாதவர்களுமான இந்த சோகக் கூட்டத்திற்கு, பாம்செஃப் அமைப்பு அரசியல்தன்மையற்ற, யாரையும் அச்சுறுத்தாத பொழுதுபோக்கு சங்கம் போலச் செயல்பட்டது. அதனுடைய நடவடிக்கைகள் என்பன பல்வேறு மட்டங்களில் காலமுறைப்படியான கூட்டங்கள், கருத்தரங்குகள், மாநாடுகள் ஆகியவற்றை நடத்துவதும் எந்தவொரு பொழுதுபோக்கு சங்கத்தையும் போலவே கட்டணம் வசூலிப்பதும் ஆகும். பாம்செஃப் அமைப்பைச் சேர்ந்தவர்கள், தங்கள் வகுப்பு அடையாளத்தின் மூலம் வேலைவாய்ப்புகளைப் பெற்றுக் கொண்டதற்குக் கைம்மாறாக அந்த வகுப்புக்கு 'திருப்பிக் கொடுக்கவும் செய்தனர்'[1]. அது அம்பேத்கர் கட்டளையிட்ட ஐந்து சதவீதத்திற்கும் குறைவானதாகும். DS4 என்கிற தலித் ஷோஷித் ஸமாஜ் ஸங்கர்ஷ் ஸமிதி [Dalit Shoshit Sangharsh Samiti-DS4] என்னும் அமைப்பைத் தோற்றுவித்து நாடாளுமன்றம் அல்லாத அரசியலுக்குள் நுழைந்த கன்ஷிராம், மிகவிரைவில் நாடாளுமன்ற அரசியலுக்கான அரசியல் கட்சியையும் உருவாக்கினார். 'அரசியலை எப்படி நடத்தக்கூடாது என்பதை இந்தியக் குடியரசுக் கட்சியிடமிருந்து தெரிந்துகொண்டதாக' கன்ஷிராம் கூறினார். அதற்கிணங்க பஹுஜன் சமாஜ் கட்சியை தனது கைக்குள்ளும் தனது நெருக்கமான நம்பிக்கைக்குரியவரான மாயாவதியின் கைக்குள்ளும் இருக்கிற ஒற்றைக் கட்டுப்பாட்டுக்குள் வைத்திருந்தார். பெரிய ஆதாயங்களைப் பெறுவதற்காக ஆளும் வர்க்கக் கட்சிகளால் கவர்ந்திழுக்கப் படக்கூடிய அளவுக்கு முக்கியத்துவம் வாய்ந்த பிற தலைவர்கள் யாரும் அக்கட்சியில் இல்லை. ஏதோவொரு காரணத்திற்காக

யாரேனும் ஒருவர் அந்தக் கட்சியிலிருந்து விலகினால் அவர் விரைவில் பூஜ்ஜியமாகிவிடுவார். கட்சி அமைப்பு சர்வாதிகார பாணியில் அமைக்கப்பட்டிருந்ததால், பிளவுபடுவதற்கான உள்ளார்ந்த அபாயம் முறியடிக்கப்பட்டது. உத்திரப்பிரதேசத்தில் அது சாதனை புரிந்து அசலான அரசியல் சக்தியாக எழுச்சிபெற்றதற்குக் காரணம், அந்த மாநிலத்தில் காணப்படும் அலாதியான அனுகூலங் களாகும். அவை கீழ்வருமாறு: 1. தலித் மக்கள் மட்டுமே பெரும்பான்மையினராக வாழும் பகுதிகள் சில அங்கு உள்ளன. 2. இந்தியக் குடியரசுக் கட்சி அங்கு கடந்தகாலத்தில் நடத்திய போராட்ட மரபு உள்ளது. பிஎஸ்பி, தன்னை அம்பேத்கரியக் கட்சி என்று வெளிப்படையாக ஒருபோதும் முன்நிறுத்தியதில்லை என்றாலும், அதன் முதுகெலும்பாக அமைந்தவர்கள் அதை தலித் கட்சி என்று கருதிய தலித்துகள்தான். தலித்துகளின் தற்பெருமையை ஊக்குவிக்க ஏராளமான அம்பேத்கர் சிலைகளை நிறுவுவதன் மூலமும், சாலைகள், குடியிருப்புகள், நிறுவனங்கள் ஆகியவற்றுக்கு அம்பேத்கர் பெயரைச் சூட்டுவதன் மூலமும், அம்பேத்கர் பூங்காக்கள், அம்பேத்கர் நினைவிடங்கள் முதலியவற்றை உருவாக்கு வதன் மூலமும் பிஎஸ்பி, தனது மையக்கருவாக தலித்துகள் இருப்பதைப் பேணிப்பாதுகாத்துக் கொள்ளவேண்டிய கட்டாயத்தில் உள்ளது.

இவ்வாறு, தலித் அரசியல் களத்தில் ஏராளமான குழுக்கள் நிரம்பியுள்ளன. இவை ஒவ்வொன்றும் தலித் மக்களில் ஒரு பகுதியினர் தன்னைப் பின்பற்றுகின்றனர் எனச் சொல்லி, ஆளும் வர்க்கக் கட்சிகளிடமிருந்து அரசியல் வாடகையைக் கறந்து கொள்கின்றது. ஆனால், பஹுஜன் சமாஜ் கட்சியோ, தானே ஒரு ஆளும் வர்க்கக் கட்சியாகிவிட்டது. இந்தியக் குடியரசுக் கட்சி யிலிருந்து விலகி, தங்கள் செல்வத்தைப் பெருக்கிக் கொள்வதற்காக ஏராளமான தலித்துகள் ஆளும்வர்க்கக் கட்சிகளில் சேர்ந்து கொண்டனர். ஆனால் அவர்களும் தொடர்ந்து 'அம்பேத்கரியர்க' ளாகவே இருந்து வருகின்றனர். அவர்களில் பலர் திருகல்முறுகலான வாதங்களைக்கொண்டு இன்னும் அம்பேத்கரியத்தின் பெயரால் சூளுரைக்கின்றனர். மராத்தியக் கவிஞரொருவர் ஆழ்ந்த அறிவோடு, இந்த சுயநலவாதத் தலைவர்களை சவாலுக்கு இழுத்தார்: ''அம்பேத்கர் பெயரை விலக்கி விடுங்கள். நீங்கள் தலைவரானது எப்படி என்பதை எங்களுக்குக் காட்டுங்கள்''. அதுபோல, அம்பேத்கருக்கு விசுவாசமாக இருப்பதாகக் காட்டிக்கொள்ளாமல் தாங்கள் தலைவர்களாக இருக்க முடியாது என்பது அவர்களுக்குத் தெரியும். அட்டவணை சாதிகளில் எண்ணிக்கையில் பெரும்

பான்மையான சாதியைச் சேர்ந்த தலித்துகள், அவர்கள் [கம்யூனிஸ்ட் கட்சியைத் தவிர] எந்த கட்சியைச் சேர்ந்தவர்களாயினும் சரி, இயற்கையாகவே தங்களுக்கு வாய்த்த உரிமைகளைப் போல, 'அம்பேத்கரியர்' என்னும் அடையாளத்துக்கு உரிமை கொண்டாடு கின்றனர்.

சமுதாய அமைப்புகள்

ஒப்பீட்டு நோக்கில் தலித் அரசியல் அமைப்புகளுக்கு ஆதார வளங்கள் கூடுதலாக இருப்பதன் காரணமாக மற்ற அமைப்புகளைக் காட்டிலும் மக்கள் கண்களுக்கு அதிகம் தென்படுபவையாக இருக்கின்றன. எனினும், தம்மை 'அம்பேத்கரிய அமைப்புகள்' எனச் சொல்லிக்கொள்கின்ற பிற அமைப்புகளும் ஏராளமாகக் களத்தில் உள்ளன. மேலே கூறியதுபோல, பாம்செஃப் அமைப்பிலிருந்து தோன்றிய குருத்துகள் இன்று பல்வேறு குழுக்களாக நிலவுகின்றன. அவை பாம்செஃப் பயன்படுத்தி வந்ததும் பழசாகித் தேய்ந்து போனதுமான அதே செயல்பாடுகளை, உற்சாகம் குறையாமல் தொடர்ந்து மேற்கொண்டு வருகின்றன. உண்மையில் அவை நடத்தி வரும் மாநாடுகளின் புவிப்பரப்பைக் கருத்தில் கொள்வோமேயானால், அவை வளர்ச்சியடைந்துள்ளன என்றும் கூறலாம். கடந்த சில ஆண்டுகளில் அவற்றில் குறைந்தது ஒரு குழுவாவது வெளிநாடுகளில் மாநாடுகளை நடத்தி வருகின்றது. ஃபாம்செஃப் குழுக்கள், '15 விழுக்காட்டினருக்கு எதிராக 85 விழுக்காட்டினர்'[2] என்னும் சூத்திரத்தில் உள்ளடக்கப்பட்ட கன்ஷிராமின் கருத்து நிலையை விடாப்பிடியாகப் பின்பற்றி, என்றேனும் ஒருநாள் தாங்கள் பார்ப்பனிய சக்திகளை வென்றுவிடப் போவதாகக் கனவு கண்டு கொண்டிருக்கிறார்கள்.

அவர்களது இலட்சியம் அனைத்துமே பஹுஜன்களின் கடந்தகாலப் பண்பாட்டுப் புகழை மீட்டெடுப்பதுதான். பஹுஜன் களை அடக்கி, மோசடியின் மூலம் அவர்களது பண்பாட்டுப் புகழைப் பார்ப்பனர்கள் அபகரித்துவிட்டார்கள் என்று ஃபாம்செஃப் அமைப்புகளைச் சேர்ந்தவர்கள் கூறுகிறார்கள். ஃபாம்செஃப் குழுக்களில் பல, தங்களுக்கு 'மூல்நிவாசி' [மண்ணின் மைந்தர்கள் - original inhabitants] என்னும் மரபினவாத [racial] அடையாளத்தைச் சூட்டிக்கொள்கின்றன. வருணம் அல்லது சாதி வேறுபாடு என்பதை மரபின அடிப்படையில் விளக்குவதை அம்பேத்கர் நிராகரித்தார். ஆயினும், அவர்கள் [பாம்செஃப் குழுக்களைச் சேர்ந்தவர்கள்] தாங்கள் 'அம்பேத்கரியர்கள்' என்றுதான் சொல்லிக் கொள்கிறார்கள். இந்தக் குழுக்கள் இதுவரை முதன்மை அரசியல் நீரோட்டத்தில்

செயல்படவில்லை என்றாலும் பார்ப்பனர்களைக் கவிழ்த்து அதிகாரத்தை வெல்லும் அரசியல் வேட்கையைக் கொண்டுள்ளன. 1970களில் தொடங்கி இன்றுவரை நீடிக்கும் அவர்களது தற்போதைய கட்டம், மூல்நிவாசிகளுக்கு விழிப்புணர்வு ஏற்படுத்தும் கட்டமாகும். தாங்கள் இழந்த இராச்சியத்தை மீட்டெடுக்க வேண்டும் என்னும் உண்மையைப் பற்றிய விழிப்புணர்வு மூல்நிவாசிகளுக்கு ஏற்பட்டு விட்டால், இறுதிப்போரைப் புரிவதற்காக அவர்கள் சாலையில் இறங்கி பார்ப்பனர்களின் கோட்டையைத் தகர்த்தெறிவார்கள்!

முதலில் மகாராஷ்டிர மாநிலத்திற்குள் மட்டுமே பல பௌத்த சங்கங்கள் இருந்தன. பின்னர் அவை மெல்ல மெல்ல நாடெங்கிலும் பரவத்தொடங்கின. அவை, இந்தியாவை பௌத்த நாடாக ஆக்கவேண்டும் என்னும் அம்பேத்கரின் கனவை நனவாக்கச் செயல்படுவதாகக் கூறிக்கொள்கின்றன. அவையும்கூட 'அம்பேத்கரிய' என்னும் அடையாளத்தை வைத்துக்கொள்வது தமது உரிமை எனக் கருதுகின்றன. பௌத்ததிற்கு மாறும் தருவாயில், நவ-பௌத்த சமுதாயத்தின் நேர்மையைப் பாதுகாக்க அம்பேத்கர் 'பாரதிய பௌத்த மகாசபா'வை [Bharatiya Bouddha Mahasabha-BBM] நிறுவினார். அந்த அமைப்பின் நோக்கம் அவரது மதமாற்றத்துக்குப் பிறகு உருவாகின்ற நவ-பௌத்தர்களின் அறவொழுக்கத்தைப் பேணிப் பாதுகாத்து பௌத்த மதமாற்றத்தைத் தொடர்ந்து நடத்தி வருவதாகும். அவரது மறைவுக்குப் பிறகு, பையாசாஹெப் அம்பேத்கர் என அழைக்கப்பட்ட அவரது மகன் யஷ்வந்த் ராவ், அந்த அமைப்பின் தலைவராக இருந்தார். அவரது மறைவுக்குப் பிறகு அவரது துணைவியார் மீராதாய் அம்பேத்கர் தலைவராக இருந்து வருகிறார். பாரதிய பௌத்த மகாசபையும் ஏராளமான பிளவுகளைச் சந்தித்துவிட்டது. இப்போது அதில் எத்தனை குழுக்கள் இருக்கின்றன என்பதைச் சொல்வது கடினம். ஒவ்வொரு சிறுநகரத்திலும் பெருநகரத்திலும் ஏராளமான பாரதிய பௌத்த மகாசபைகள் இருக்கின்றன. ஆனால் அவற்றுக்கும் மத்திய அமைப்புக்கும் எந்தத் தொடர்பும் இல்லை. இவைதவிர, பல்வேறு அடையாளச் சீட்டுகளுடன் வேறு பல பௌத்த சங்கங்களும் இருந்துவருகின்றன. ஆயினும் இவை அனைத்துமே 'அம்பேத்கரிய' அமைப்புகள்தான்!

பாபாசாஹெப் அம்பேத்கரால் உருவாக்கப்பட்ட 'சமதா சைனிக் தளம்' [Samata Sainik Dal-SSD] என்னும் இன்னொரு அமைப்பும் உள்ளது. மஹட் சத்தியாக்கிரகத்தின் போது, மஹட் மாநாட்டின் பாதுகாப்புக்காக மக்களால் உருவாக்கப்பட்ட தொண்டர் படைதான் பின்னர் சமதா சைனிக் தளம் எனப் பெயர் மாற்றப்பட்டது.

தலித் இயக்கத்திற்குள் தீயசக்திகள் நுழையமுடியாமல் தடுத்து நிறுத்தும் வலுவான சக்தியாக அது இருந்தது. 1960க்குப் பிறகு, அம்பேத்கரின் ஆதரவாளர்களில் ஒரு பிரிவினர், தலித்துகளுக்குக் கிளர்ச்சிமுறைகள் இனி தேவையில்லை, அவர்கள் அரசியல் சட்ட வழிமுறைகளின் மீது கவனம் குவிக்கவேண்டும் என்று அம்பேத்கர் கூறியதை எழுத்துக்கு எழுத்து அப்படியே அர்த்தப்படுத்தினர். அதன் காரணமாக சமதா சைனிக் தளத்தின் முக்கியத்துவம் குறைந்து கொண்டே போய் கடைசியில் அது அனேகமாகக் காணாமலேயே போய்விட்டது. அதைப் பல்வேறு தரப்பினர் பல்வேறு முறை உயிர்ப்பித்தனர். இப்போது அது மூல அமைப்பின் வெளிறிய பதிப்பாக இருந்து வருகிறது. இப்போது ஏராளமான சமதா சைனிக் தளங்கள் இருக்கின்றன; அவை எல்லாமே மூல அமைப்பின் மரபுக்கு உரிமை கொண்டாடுகின்றன. அவை அனைத்தும் 'அம்பேத்கரிய' அமைப்புகளே!

பல்வேறு பெயர்களில் இயங்கும் ஏராளமான சமூக நல அமைப்புகளும் (இளைஞர் அமைப்புகள், மகளிர் அமைப்புகள் முதலியன) குடிசைப் பகுதிகள், குக்கிராமங்கள், கிராமங்கள் ஆகியவற்றில் பரவியுள்ளன. பௌத்த விகாரங்கள், சிலைகள் ஆகியவற்றை நிறுவியுள்ள இந்த அமைப்புகள், ஒரு சில இடங்களில் நூலகங்களையும் மாணவர்கள் தங்கும் விடுதிகளையும் திறந்துள்ளன. இந்த அமைப்புகளில் பெரும்பாலானவை ஏதோவொரு தலித் தலைவருடன் சிறிதளவாவது தொடர்புகொண்டிருப்பதால் அவையும் குழுவாதத்தில் சிக்கியுள்ளன. ஆயினும் அவையும்கூட 'அம்பேத்கரிய' அமைப்புகள்தான்!

ஊழியர் அமைப்புகள்

இட ஒதுக்கீட்டின் காரணமாக, பொதுத்துறையில் (public domain-மத்திய, மாநில அரசாங்கங்கள், உள்ளூராட்சி மன்றங்கள், பொதுத்துறை நிறுவனங்கள், நிதி நிறுவனங்கள், வங்கிகள் ஆகியவற்றில்) உள்ள ஊழியர்களில் தலித் ஊழியர்களின் விகிதம் கணிசமாக உள்ளது. சிறிதுகாலம் இந்த தலித் ஊழியர்கள் பொதுவான தொழிற்சங்கங்களிலும் அதிகாரிகள் சங்கங்களிலும் இருந்தனர். ஆனால் அந்த அமைப்புகளுடன் தங்கள் பிரச்சனைகள் பொருந்திப் போகாதென்பதோடு அவை சிலசமயம் தங்கள் நலன்களுடன் முரண்படவும் செய்கின்றன என்பதைப் படிப்படியாக அனுபவத்தில் அறிந்த அவர்கள், தங்கள் சொந்த சங்கங்களை உருவாக்கத் தொடங்கினர். சாதி அடிப்படையிலான தொழிற்சங்கங்களோ, வேறு

சங்கங்களோ இருக்க முடியாததாகையால், அவர்கள் உருவாக்கிய சங்கங்கள், மேற்சொன்ன பொது அமைப்புகள் ஒவ்வொன்றிலும் 'நலச் சங்கங்கள்' [Welfare Associations] என்னும் வடிவத்தில் தோன்றின. அந்த நலச் சங்கங்களில் சில ஒன்றிணைந்து குறிப்பிட்ட துறை, தொழில், மாநிலம், நாடு தழுவிய பெரிய சங்கங்களாக வளர்ச்சியடைந்தன. வேலை விஷயங்களில் தங்கள் உறுப்பினர்களின் நலன்களைக் காப்பதுதான் இந்தச் சங்கங்களின் நோக்கம் என்று சொல்லப்பட்டாலும், அவற்றின் செயல்பாடுகள், 'சமுதாயத்திற்குத் திருப்பித் தருதல்' என்னும் அம்பேத்கரின் கட்டளைக்கு இணங்க, அவற்றின் உறுப்பினர்களின் சாதிகளுக்கும் விரிவுபடுத்தப்பட்டன. இந்த செயல்பாடுகளை அம்பேத்கரிய தலித்துகள் கூடும் கூட்டங் களில் காணலாம். அதிகரித்து வரும் இத்தகைய கூட்டங்கள் வழக்கமாக மும்பையிலுள்ள சைத்யா பூமி, நாக்பூரிலுள்ள தீட்சை பூமி, புனேவுக்கு அருகிலுள்ள கோரெகவான் பூங்கா, இந்தூருக்குப் பக்கத்திலுள்ள மோ, மானாடிலுள்ள கிராந்தி ஸ்தலம் ஆகியவற்றிலும் பாபாசாஹெப் அம்பேத்கரின் வாழ்க்கை சம்பந்தப்பட்ட நாள்களிலும் நடக்கின்றன. மேற்சொன்ன சங்கங்கள், கீழ்க்காணும் 'சமூக சேவைகளி'லும் ஈடுபடுகின்றன: மக்களுக்கு உணவுப் பொட்டலங்கள் விநியோகித்தல், கண் பரிசோதனை முகாம்கள் அமைத்தல், தேவைப்பட்டவர்களுக்கு கண் கண்ணாடிகளை இலவசமாக வழங்குதல், மருத்துவப் பரிசோதனைக்கான இலவச மருத்துவ மனைகளுக்கு [clinics] ஏற்பாடு செய்தல், சாதாரணமான நோய் களுக்கான மருந்துகளை இலவசமாக வழங்குதல், இந்த சங்கங்கள் அனைத்தும் தங்களை 'அம்பேத்கரிய' அமைப்புகள் என்று சொல்லிக்கொள்கின்றன என்பதைச் சொல்லத் தேவையில்லை.

ஆசிரியர்களும் ஆராய்ச்சியாளர்களும்

பாபாசாஹெப் அம்பேத்கரை முன்னெடுத்துக்காட்டாகக் கொண்டும் அவரது தாரக மந்திரமான 'கற்பி, கிளர்ச்சி செய், ஒழுங்கமை' என்பதை எடுத்துக்கொண்டும் தலித்துகள் கல்வி வளர்ச்சியில் கணிசமான முன்னேற்றம் கண்டுள்ளனர். எனினும் இதில் அவர்கள் மற்ற சமூகப் பிரிவினரை விட மிகவும் பின்தங்கியே உள்ளனர். உயர்கல்வியைப் பொருத்தவரை, தலித்துகள் கலைப் பாடங்களில்தான் [humanities] அதிகம் காணப்படுகின்றனர். உயர்கல்வி [கல்லூரிகளிலும், பல்கலைக்கழகங்களிலும்] படிக்கும் தலித்துகளில் இப்போதும்கூட ஏறத்தாழ 70 விழுக்காட்டினர் இந்தப் பாடங்களைத்தான் படிக்கின்றனர். இவர்களில் பெரும்பான்மையினர் கற்பிக்கும் தொழிலைத் தெரிவு செய்து கொண்டு ஆசிரியர்களாவும்

ஆராய்ச்சியாளர்களாகவும் [academics] ஆகின்றனர். இவர்கள் தங்கள் சொந்த அகநிலை அனுபவங்களை முன்னிறுத்தி சமூகவியல், அரசியல் ஆகிய துறைகளில் அறிவு வளர்ச்சிக்குப் பங்களிப்பதில் செயலூக்கமுள்ளவர்களாக இருக்கின்றனர். ஆயினும் அவர்களது ஆக்கங்களில் பெரும்பகுதி, கல்வி நிறுவனங்களின் சம்பிரதாயங்கள், தேவைகள் ஆகியவற்றுக்குப் பயன்படக்கூடிய புளித்துப்போன விடயங்கள் என ஒதுக்கித் தள்ளப்பட வேண்டியவையே. எனினும் அவற்றில் சில, மேற்சொன்ன துறைகளில் ஆதிக்கம் செலுத்தும் கருத்துகளையும் விளக்கங்களையும் கேள்விக்குட்படுத்துவதில் குறிப்பிடத்தக்க சாதனை புரிந்துள்ளன. இந்தப் பணிகள் மூலம் இதுவரை என்ன சாதிக்கப்பட்டுள்ளனவோ, அதைவிடக் கூடுதலானவற்றைச் செய்யும் ஆற்றல்கள் மேற்சொன்ன ஆராய்ச்சியாளர்களிடமும் ஆசிரியர்களிடமும் உள்ளுறையாக இருக்கின்றன என்பதில் சந்தேகமில்லை. அண்மையில், தங்கள் பங்களிப்புகளுக்கான ஒரு சட்டகத்தை [framework] உருவாக்கவேண்டும் என்பதற்காகவோ என்னவோ, இந்த ஆராய்ச்சியாளர்களாலும் ஆசிரியர்களாலும் ஒரு மூலஉத்தி[3] [strategy] தொடங்கப்பட்டுள்ளது. இதன்படி, ஒவ்வொரு பல்கலைக்கழகத்திலும் கல்லூரிகளிலும் 'அம்பேத்கர் இருக்கைகள்', 'அம்பேத்கர் மையங்கள்' என்னும் பெயரிலோ, இவற்றையொத்த வேறு பெயர்களிலோ சில அமைப்புகள் தொடங்கப்படுகின்றன. இந்த அமைப்புகளுக்கு வழங்கப்பட்டுள்ள வசதிகள் மிகக் குறைவானவை. அவற்றை நிர்வகிப்பவர்கள், அங்கு கற்பிப்பவர்கள் எல்லோருமே தலித்துகள். அந்த 'இருக்கைகள்', 'மையங்கள்' முதலியவை அம்பேத்கர் சிந்தனை, பிற சமூகப் பிரச்சனைகள் ஆகியன குறித்த பாடங்களை நடத்துவதுடன், இந்த விடயங்கள் குறித்த ஆராய்ச்சிகளையும் மேற்கொள்கின்றன. இவ்வாறு இந்தப் பாடங்களும் ஆராய்ச்சிகளும் மீண்டும் மீண்டும் பல இடங்களில் நிகழ்த்தப்படுவதை விரைவுபடுத்தியுள்ளன. ஆக, உயர்கல்வி கற்ற தலித்துகளின் கல்விசார் ஆராய்ச்சிக்கான ஆற்றல்கள் அனைத்தும் புதிதாக உருவாக்கப்பட்டுள்ள, சட்டகத்துக்குக் கட்டுப்பட்டுள்ளன. ஆராய்ச்சி நடவடிக்கைகள் எனக் கூறப்படுவனவற்றிலும், அதன் காரணமாக பாபாசாஹெப் அம்பேத்கருடன் தொடர்புடைய விடயங்கள் குறித்த முனைவர் பட்ட ஆராய்ச்சியிலும் திடீர் வளர்ச்சி ஏற்பட்டுள்ளது என்றாலும், ஆராய்ச்சியின் தரம் வீழ்ச்சியடைந்துள்ளது. இந்த நடவடிக்கைகள் பல்வேறு வகை ஆராய்ச்சிக் கட்டுரைகள், நூல்கள், சொற்பொழிவுகள், விளக்கங்கள் முதலியனவற்றைத் தோற்றுவித்து, ஏற்கனவே தலித்துகளிடம் உள்ள பிளவுபடும் போக்கிற்கு

உதவியுள்ளன. அம்பேத்கரியம் குறித்தும், சாதி குறித்தும், இவை தொடர்பான பிற விடயங்கள் குறித்தும் இந்த உயர்கல்வி மையங்களில் செயல்படுத்தப்படும் இந்த மூலஉத்தி தலித்துகளிடம் சாதி அடையாளக் கண்ணோட்டத்தை ஊக்குவிப்பதைத் தவிர வேறு எதற்கும் பயன்படுவதில்லை என்பதால் இந்த முயற்சியைக் கேள்விக்குட்படுத்துவது உடனடித் தேவையாகும். இந்தக் கல்விமான் களிடையே அற்பவிடயங்களுக்காக நடைபெறும் வாதங்களுக்கு எல்லையில்லை. எனினும் ஒரு விடயம் இவர்களிடம் நிரந்தரமாக உள்ளது. அதாவது அவர்கள் எல்லோருக்கும் 'அம்பேத்கரியர்கள்' என்னும் அடையாளம் இருக்கிறது என்பதுதான்!

இலக்கிய, பண்பாட்டு அமைப்புகள்

தலித்துகளிடம் கல்வியறிவு பரவியதன் காரணமாக, அவர்கள் தங்கள் எண்ணங்களையும் உணர்ச்சிகளையும் வெளிப்படுத்தத் தொடங்கி, தங்களது இலக்கியத்தைப் படைத்தனர். மேல் சாதியினர் எனச் சொல்லப்படுபவர்களால் அதுவரை முற்றுரிமையாக்கிக் கொள்ளப்பட்டிருந்த நிறுவனமயமான இலக்கிய உலகை தலித் இலக்கியம் அசைத்து ஆட்டி, நாளடைவில் தனக்கான அங்கீகாரத்தையும் ஓரளவு மரியாதையையும் ஈட்டியது. இந்த இலக்கியவாதிகளின் படைப்புச் செயல்களை ஒருங்கிணைக்கவோ, அவர்களது முயற்சிகளை சரியாக வழிநடத்தவோ எந்தவொரு ஒழுங்கமைக்கப்பட்ட இயக்கமும் இல்லை. அந்த வேலைகளை இலக்கிய மாநாடுகள் எடுத்துக் கொண்டுள்ளன. தலித் இலக்கியத்தின் பிறப்பிடமான மகாராஷ்டிராவில் இந்த மாநாடுகளின் எண்ணிக்கை பெருகியுள்ளது. இலக்கியம் என்பது சமுதாயத்தைப் பிரதிபலித்துக் காட்டும் நிலைக்கண்ணாடி என்றால், தலித் இயக்கத்தில் ஏற்பட்டுள்ள சீரழிவின் அடையாளங்களிலிருந்து தலித் இலக்கியத் தாலும் தப்ப இயலவில்லை. அந்த அடையாளங்கள் பொதுவாக தனிப்பட்ட சில இலக்கியவாதிகளின் மிதமிஞ்சிய அகநிலைவாதத்தில் வெளிப்படுகின்றன. வருந்தத்தக்க இந்த நிலைமையின் பிரதிபலிப்பாக இருப்பது இலக்கியம் பற்றி அவர்களிடையே நடந்துவரும் அர்த்தமற்ற விவாதங்களாகும். அதாவது, தங்களது இலக்கியத்தை 'தலித் இலக்கியம்' என்று சொல்வதா, 'ஃபுலே–அம்பேத்கரிய இலக்கியம்' என்று சொல்வதா, 'பௌத்த இலக்கியம்' என்று சொல்வதா அல்லது வேறு ஏதாவது பெயர் சூட்டுவதா என்னும் விவாதங்களாகும். இலக்கியம் தவிர, பாடல்கள், இசை, தெரு நாடகங்கள், நாடகங்கள் ஆகியவற்றின் மூலமாக தலித்துகளிடம் பண்பாட்டு விழிப்புணர்வை ஏற்படுத்தப் பணியாற்றும் குழுக்களும்

உள்ளன. ஆனால் அவர்களிடையேயும் பெருமளவு ஒருங்கிணைப்பு இல்லை. தங்களைத் தொடர்புபடுத்திக் கொள்ளப் புற நிலைரீதியான எதனையும் பெற்றிராத இவர்கள், தங்களது அடையாளம் என்பதற் குள்ளேயே சுழன்று கொண்டிருக்கிறார்கள். 'அம்பேத்கரியர்' என்னும் அடையாளம் அவர்களுக்கு ஆறுதல் வழங்குகிறது.

தொழில் சார்ந்த அமைப்புகள்

உயர்கல்வியில் ஒட்டுமொத்தமாகப் பார்த்தால் தலித்துகளின் விகிதம் தேசிய சராசரியான 12 சதவீதத்திற்கு மிகவும் குறைவாக உள்ளது; அதாவது, ஏறக்குறைய 8 சதவீதம். நாம் முன்பு கூறியது போல, உயர்கல்வியைப் பொருத்தவரை தலித்துகள் பெரும்பாலும் கலைப் பாடங்களைத்தான் படிக்கின்றனர். இருப்பினும் கடந்த சில ஆண்டுகளாக பொறியியல், தொழில் நுட்பம், மருத்துவம் முதலான தொழில் கல்வியிலும் கணிசமான எண்ணிக்கையில் தலித்துகள் உள்ளனர். அவர்கள் தங்களுக்கான சங்கங்களை [பொறிஞர் சங்கம், மருத்துவர் சங்கம் முதலானவை] அமைத்துள்ளனர். இச்சங்கங்களும் கூட பொழுதுபோக்கு சங்கங்களைப் போலத்தான் செயல்படுகின்றன. ஆனால் 'ஊழியர் சங்கங்க'ளைப் போல், இச்சங்கங்களும் தங்கள் செயல்பாடுகளை, 'அம்பேத்கரிய' என்னும் அடையாளத்துடன் தலித் சமூகத்தினருக்கும் விரிவுபடுத்துகின்றன.

வெளிநாடுகளிலுள்ள தலித்துகள்

உலகின் பல பகுதிகளில் கணிசமான எண்ணிக்கையுள்ள தலித்துகள் குடியேறி வாழ்கின்றனர்/வேலை செய்கின்றனர். அவர்கள் சொந்த நாட்டுக்கு வெளியே பரவியுள்ள தலித் சமூகத்தினராவர் [Dalit diaspora]. அவர்களும் மெல்ல மெல்ல அம்பேத்கரிய அடையாளத்தின் அடிப்படையில் தங்களை ஒழுங்கமைத்துக் கொண்டு, தலித்துகளின் நலன்களில் அக்கறை செலுத்தும்படி இந்திய அரசாங்கத்தை நிர்பந்திப்பதற்கான அபிப்பிராயங்களை வெளிநாடுகளில் உருவாக்குவது போன்ற பல்வேறு பணிகளில் ஈடுபடுகிறார்கள். இந்த அமைப்புகளில் சில இந்தத் திசையில் குறிப்பிடத்தக்க பங்களிப்புச் செய்துள்ளன என்றாலும் இந்தியாவிலுள்ள தலித் அமைப்புகளுக்கு நேர்ந்தது போலவே, நாளடைவில் அவையும் பிளவுபடும் நோய்க்கு ஆளாகிவிட்டன. பாபாசாஹெப் அம்பேத்கரின் பிறந்த நாளைக் கொண்டாடுவது, தலித்துகள் ஒருவருக்கொருவர் தொடர்பு கொள் வதற்கான சமூகத் தொடர்பமைப்பாக [social network] இயங்குவது என்பனவற்றை எவ்வித மாற்றமும் இன்றிச் செய்துவருகின்றன— 'அம்பேத்கரிய' அடையாளத்துடன்.

மின்னணுத் தொடரமைப்புகள்

ஏராளமான மின்னஞ்சல் குழுக்கள், [Blogs] 'வலைப்பூக்கள்', ஃபேஸ்புக், டிவிட்டெர் போன்ற சமூகத் தொடரமைப்புகள் ஆகியன உள்ளன. இவற்றின் மூலம் தலித் இளைஞர்கள் இணையதளங்களை உருவாக்கியுள்ளனர். இவை தலித் சமுகத்தின் பிரச்சனைகள் தொடர்பான ஆழ்ந்த அக்கறையைப் பிரதிபலிக்கின்றன. அவை இயல்பாகவே வடிவமற்ற குழுக்கள். பாபாசாஹெப் அம்பேத்கர் மீது அவர்களுக்குள்ள அர்ப்பணிப்புதான் அவர்களுக்கு ஒரு வடிவம் கொடுக்கின்றது. அவர்கள் எல்லோரும் தங்களை 'அம்பேத்கரியர்' என்று பிரகடனப்படுத்துகிறார்கள்.

அரசு–சாரா அமைப்புகள் [NGOs]

1980களின் நடுப்பகுதியிலிருந்து, உலக நிர்வாகக் கட்ட அமைப்பில் அரசு சாரா நிறுவனங்கள் தனிச்சிறப்பான இடத்தைப் பெற்றுள்ளன. உலகமயமாக்கல் என்னும் முதலாளியத் திட்டத்தை வழிநடத்திக் கொண்டிருக்கும் 'வாஷிங்டன் பொதுக்கருத்து'[4] என்பதன் ஆணைக்கிணங்க தேச அரசுகள், பொருளாதாரச் செயல்பாடுகளிலிருந்து விலகிக்கொண்டு, சேம நல அரசு [Welfare State] என்னும் ஆடையைக் களைந்தெறிந்துவிட்டு, மரபாக அவை மக்களுக்கு வழங்கிவந்த சேவைகளை சந்தைச் சக்திகளிடம் ஒப்படைத்துவிட்டதால், மக்களின் பல்வேறு பிரிவுகளிடையே இந்த உலகமயமாக்கல் ஏற்படுத்தியுள்ள துன்பங்களுக்கு நிவாரணமாக அரசு சாரா நிறுவனங்கள் உருவாக்கப்பட்டன. இந்த உலக மயமாக்கலின் காரணமாக மிகவும் பாதிக்கப்பட்ட ஒரு முக்கியமான சமூகப் பிரிவு தலித்துகள் ஆவர். எனவே அவர்களிடையே பணிபுரிவதற்கு ஏராளமான அரசு சாரா நிறுவனங்கள் தேவைப்பட்டன. இதன் விளைவாக தலித்துகளிடையே பணிபுரியும் அரசு சாரா நிறுவனங்களின் எண்ணிக்கை, தலித் இயக்கம் முழுவதையும் இருளில் ஆழ்த்தக்கூடிய அளவுக்குப் பெருகிவிட்டது. அதாவது தலித் இயக்கம் என்ஜிஓ மயமாக்கப்பட்டுவிட்டது என்று சொல்லக்கூடிய அளவுக்கு அரசு சாரா நிறுவனங்களின் எண்ணிக்கை பெருகியுள்ளது. அரசு சாரா நிறுவனங்கள் குறிப்பிட்ட பிரச்சனை களைத் தொழில் நேர்த்தியுடன் [professionally] கையாள்கின்றன. இந்த நிறுவனங்களை நிர்வகிப்பவர்கள் பெரும்பாலும் சமுதாயப் பணி செய்வதாகக் காட்சியளிக்கும் இளைஞர்களே. அவர்கள் வெற்று சொற்ஜாலத்தை மட்டுமே கொண்டுள்ள தலித் தலைவர்களை விடுத்து நேரடியாக தலித் வெகுமக்களிடமே பேசுகின்றனர். தலித்துகள், தங்களது துயரங்களுக்குக் காரணம், இந்த அரசியல்–பொருளாதாரக் கட்டமைப்புதான் என்பதைப் பார்க்க முடியாமல்

அவர்களைத் திசை திருப்புவதில் அரசு சாரா நிறுவனங்கள் திறமையாகச் செயல்பட்டு, அந்தப் பிரச்சனைகளுக்குத் துண்டு துண்டான தீர்வுகளை வழங்குகின்றன. இத்தகைய அரசு சாரா நிறுவனங்களில் பெரும்பாலானவை அம்பேத்கரியத்தின் பெயரால் சூளுரைத்து, தங்களை 'அம்பேத்கரிய' அமைப்புகள் என அடையாளப் படுத்திக் கொள்கின்றன.

செயலார்வலர்களும் அறிவாளிகளும்

இதுவரை நாம் கூறிய கட்சிகள், குழுக்கள், அமைப்புகள் ஆகியன தவிர, இவற்றில் ஏதொன்றிலும் சேராத, ஆனால் சமூகப் பிரச்சனைகளில் 'செயலூக்க' முள்ளவர்களாகத் தங்களைக் கருதிக் கொள்ளும் ஏராளமான தனிநபர்களும் இருக்கின்றனர். அவர்களது அறிவுத் தகுதியின் காரணமாக அவர்கள் ஓரளவு அங்கீகாரம் பெற்றுள்ளனர். பொதுவாக இவர்களைக் கருத்தரங்குகள், மாநாடுகள், குறிப்பிட்ட நோக்கத்திற்காக ஏற்பாடு செய்யப்படும் விவாதங்கள், தனிப்பட்டோர் ஒன்றுகூடும் கூட்டங்கள் ஆகியவற்றில் காணலாம்.

தலித் பொது மக்கள்

அடையாளப்படுத்தப்படகூடிய மேற்சொன்ன குழுக்கள், அமைப்புகள், கட்சிகள் தவிர, சாமானிய தலித் மக்களும் அம்பேத்கரிய அடையாளத்துக்கு உரிமை கொண்டாடுகின்றனர்.

மேலே நாம் வழங்கியுள்ள திகைப்பூட்டும் சித்திரத்தை புறநிலைரீதியாகப் பார்த்தால், நமக்குச்சில விடயங்கள் தெளிவாகும்: பல்வேறு குழுக்கள் 'அம்பேத்கரிய' அடையாளத்தைப் பூண்டு கொண்டாலும், எந்தவொரு குழுக்குள்ளும் சரி, குழுக்களிடையேயும் சரி அவற்றை ஒன்றுபடுத்தி வைக்கும் அம்சம் ஏதும் இல்லை; அவற்றுள் மிகச் சில மட்டுமே மேலோட்டமான மட்டத்துக்கு அப்பால் அம்பேத்கரின் படைப்புகளை அறிந்துள்ளன; அவை தமது குறுகலானதும், குறுகிய காலத்துக்குரியதானதுமான நலன்களில் மட்டுமே அக்கறை கொண்டுள்ளன. அவற்றுக்கு, தலித் சமுதாயத்தைப் பாதிப்பவை என்ன என்பதைப் பற்றி ஏதும் தெரியாது. மேலும், இச்சித்திரம் நமக்கு நிச்சயமாகத் தெரிவிக்கும் உண்மை என்னவென்றால், பொதுவாகப் பலரும் கருதுவதற்கு மாறாக, 'அம்பேத்கரிய' அடையாளம் என்பது பாபாசாஹெப் அம்பேத்கரின் தத்துவத்திலோ, கருத்துநிலையிலோ வேர்கொண்டிருப்பதைவிட அவரது சாதி அடையாளத்திலேயே வேர்கொண்டுள்ளது என்பதுதான்.

'அம்பேத்கரியர்' என்பதற்கான நடைமுறைரீதியான வரையறை இதுவாகத்தான் உள்ளது: அதாவது, ஒரு குறிப்பிட்ட

மாநிலத்தில் தலித்துகள் வாழும் சமுதாய வெளியில் மேலாண்மை செலுத்தும் சாதியைச் சேர்ந்தவரே 'அம்பேத்கரியர்'. எடுத்துக் காட்டாக, மகாராஷ்டிராவிலுள்ள அனைத்து மஹர்களும், ஆந்திராவில் உள்ள அனைத்து மாலாக்களும், கர்நாடகாவிலுள்ள ஹொலையர் களும், தமிழ்நாட்டிலுள்ள பறையர்களும், உத்திரப்பிரதேசத்திலுள்ள சாமர்கள்/ஜாதவ்கள் ஆகியோரும், குஜராத்திலுள்ள வாங்கார்களும், இதுபோன்று பிற மாநிலங்களில் உள்ள குறிப்பிட்ட சாதியினரும், அவர்கள் செய்வது என்னவாக இருந்தாலும், தாமாகவே 'அம்பேத்கரியராக' அமைந்துவிடுகின்றனர். இந்த சாதிகளைத் தவிர்த்த பிற சாதிகளைச் சேர்ந்த வெகுசில தலித்துகளே தாங்கள் அம்பேத்கரியர்கள் என்று ஒப்புக்கொள்கின்றனர். இவ்வாறு, அம்பேத்கரியர் என்பது சாதிப் பெயருக்கான மாற்றுச் சொல்லாக, 'தலித்' என்னும் பதத்திற்குள்ள அர்த்தத்தைவிட மிக்க் குறுகலான அர்த்தமுடையதாகவிட்டது என்பது வருத்தத்தையும் அதிர்ச்சியையும் தருகின்றது.

அம்பேத்கரியர்கள் எதிர்கொள்ளும் நெருக்கடிகள்

1. அடையாள நெருக்கடி

அடையாளம் என்பது விரிந்த சமுதாயப் பரப்பில், ஒரு தனிநபரையோ, பல தனிநபர்கள் அடங்கிய ஒரு குழுவையோ மற்றொரு தனிநபரிடமிருந்தோ, குழுவிலிருந்தோ வேறுபடுத்திப் பார்ப்பதற்குப் பயன்பட வேண்டும். ஆனால், ஒன்றையொன்று ஒத்திராத வெவ்வேறு முகாம்களைச் சேர்ந்த பல்வேறு வகை மாந்தர்கள் எல்லோரும் ஒரே அடையாளத்துக்கு உரிமை கொண்டாடும் போது, அது தவிர்க்கமுடியாதபடி அடையாள நெருக்கடியை உருவாக்குகிறது. வலதுசாரி இந்துத்துவாக் கருத்துநிலையைக் கொண்டிருக்கும் பாஜக அரசியல்வாதியையோ, மக்களை மொழி, மத, பிராந்திய, உட்சாதி அடிப்படையில் அடையாளப்படுத்தும் குறுகிய கண்ணோட்டமுடைய சிவசேனையிலுள்ள அரசியல் வாதியையோ, பிற்படுத்தப்பட்ட வகுப்பைச்சேர்ந்த ஒரு விவசாயியின் நிலத்தில் வயிற்றுப் பிழைப்புக்காகப் பாடுபடும் நிலமற்ற தலித் ஒருவருடன் எப்படி அடையாளப்படுத்த முடியும்? அதேபோல பிற்படுத்தப்பட்ட விவசாயியையும் அவரிடம் வேலை செய்யும் தலித் பண்ணைத் தொழிலாளியையும் எவ்வாறு ஒன்றாக அடையாளப் படுத்த முடியும்? இவர்கள் இருவருக்குமிடையில் உள்ள பொருளாதார வேறுபாடுகளைப் பொருட்படுத்தாமல், '15 சதவீதத்திற்கு எதிராக 85 சதவீதத்தினர்' என்னும் சூத்திரத்தின் கீழ் ஒன்றிணைக்க முயலும் பஹுஜன் சமாஜ் கட்சி அரசியல்வாதியை நிலமற்ற தலித்துடன்

எவ்வாறு அடையாளப்படுத்த முடியும்? அதிகாரி வர்க்கத்தைச் சேர்ந்த தலித்துக்கும் அவரது வீட்டில் வேலை செய்யும் தலித் பெண்ணுக்கும் பொதுவானது ஏதும் இல்லை. அதேபோல அவருக்கும் அவர் தனது கிராமத்தில் விட்டுவிட்டு வந்த அவரது மக்களுக்கும் பொதுவானது ஏதும் இல்லை. ஆக, அம்பேத்கரிய அடையாளம் என்பது, மேலே கூறப்பட்ட, பல்வேறு நலன்களையுடையவர்கள் அனைவருக்கும் பொதுவான நடைமுறைச் சாத்தியமான அடையாளமாக இருக்க முடியாது.

தலித்துகள் தங்களுக்குள்ளே அம்பேத்கரிய அடையாளத்தைப் பகட்டாக வெளிப்படுத்திக்கொண்டாலும், அவர்களில் பலர் பிற சாதியினருடன் சந்திக்கும் இடங்களிலும் சந்தர்ப்பங்களிலும் அந்த அடையாளத்தை மறைக்கும் போக்கைக் கொண்டிருக்கிறார்கள். அம்பேத்கரிய அடையாளம் என்பதும் தீண்டத்தகாத கீழ் சாதி என்பதும் ஒரே அர்த்தத்தைத் தருவதாக இருப்பதால், சமுதாயத்தில் மேல்நிலைக்குச் செல்லும் தலித்துகள் பலர் தங்களது பெயருக்குள்ள சாதிப் பின்னொட்டுகளை மாற்றவோ, மேல்சாதிப் பெயர்களை வைத்துக் கொள்ளவோ செய்கின்றனர். தங்கள் சாதி என்ன என்பதை மற்றவர்கள் தெரிந்துகொள்ளாமல் செய்வதற்காக தங்கள் வீட்டு வரவேற்பறைகளில் அம்பேத்கர் படத்தை மாட்டுவதில்லை. அவர்களில் பலர் இன்னும் ஒரு படி சென்று, தங்கள் சாதி அடையாளத்தை மறைப்பதற்காக மேல் சாதிக்காரர்களின் மொழி, நடத்தை முறை, பண்பாடு ஆகியவற்றைப் பின்பற்றுவதோடு அவர்களது ஆசாரங்களையும் கடைப்பிடிக்கின்றனர். சமுதாயத்தில் மேல்நிலைக்குச் செல்லும் தலித்துகளின் இந்தப் பிளவுண்ட ஆளுமையின் நடத்தை முறைகள் அவர்களுக்கும் சாமானிய தலித் மக்களுக்குமிடையே பிளவை ஏற்படுத்துவதில் பெரும் பங்கு வகிக்கிறது. அரசியல், சமுதாயம், பொருளாதாரம், பண்பாடு முதலியவற்றில் தலித்துகளின் எண்ணிக்கைக்கு ஏற்ற பிரதிநிதித்துவம் தரவேண்டும் என்பதுதான் தலித் இயக்கத்தின் மைய அம்சமாக இருந்தது. அந்த மைய அம்சத்தையே மறுதலிக்கக்கூடியதாக உள்ளது சமுதாயத்தில் மேல்நிலைக்குச் செல்லும் தலித்துகளின் நடத்தை முறை. அதிகார நிலைகளில் உள்ள தலித்துகளோ, செல்வச் செழிப்புள்ள தலித்துகளோ தலித் சமுதாயத்தின் நலன்களைப் பிரதிநிதித்துவம் செய்வதாகக் கருதமுடியாது.

2. கருத்து நிலை நெருக்கடி

அம்பேத்கரிய அடையாளம் என்பது சாதாரணமான, எளிய அடையாளமல்ல, அது கருத்து நிலை சார்ந்த அடையாளம் (Ideological Identity] என்று சிலர் வாதிடலாம். ஆனால், இது சாதாரண அடையாளம் என்பதோடு சம்பந்தப்பட்ட பிரச்சனையைவிடப் பெரிய பிரச்சனையை ஏற்படுத்துகிறது. ஏனெனில் இந்த வாதம், அம்பேத்கரியக் கருத்து நிலை என்றால் என்ன என்னும் கேள்வியை எழுப்புகிறது. சாதி ஒழிப்பு என்பதுதான் அம்பேத்கரியக் கருத்து நிலை என்றால், அதற்கு மாறான கருத்தைச் சொல்லிக்கொண்டு அதேவேளை தங்களை 'அம்பேத்கரியர்கள்' என்று உரிமை பாராட்டிக் கொள்ளும் தலித்துகளும் இருக்கிறார்கள். அவர்களில் சிலர், சாதி ஒழிப்பு என்பதை அம்பேத்கர் ஒருபோதும் ஆதரித்துப் பேசியதில்லை என்று கூறுமளவுக்குச் சென்றிருக்கிறார்கள். சாதிகளை ஒழிக்கவே முடியாது ஆகையால் அவற்றை வலுப்படுத்த வேண்டும் என்று கூறுகிறார்கள். இவர்களிடையே உள்ள சாமர்த்தியசாலிகள் தங்களது சாதியக் கண்ணோட்டத்துக்கு ஆதரவாக மார்க்ஸிய இயங்கியலைப் பயன் படுத்துகிறார்கள். அதாவது, சாதிகளை வலுப்படுத்துவதன் மூலம் சாதி முரண்பாடு முற்றும், அதன் காரணமாகத் தோன்றும் சாதிப் போர் நாளடைவில் இந்த முரண்பாட்டைத் தீர்க்கும் அல்லது தலித்துகளுக்கு சாதகமாக அந்த முரண்பாட்டை மாற்றியமைக்கும் [அதாவது இந்த முரண்பாட்டில் முதன்மை அம்சமாக தலித்துகளும் முதன்மையற்ற அம்சமாக தலித் அல்லாதவர்களும் இருக்கும் வகையில்] என்று கூறுகிறார்கள். இந்தக் கருத்துநிலைப் போக்கைப் பிரதி நிதித்துவம் செய்பவர் 'தலித் வாய்ஸ்' ஏட்டின் ஆசிரியர் வி.டி.ராஜசேகர். மூல்நிவாசிகள், தலித்துகளையும் [ஆதிவாசிகளையும் கூடத்தான்], வேறு சிலரையும் மரபினரீதியாக வேறுபடுத்திப் பார்த்து, இந்து சமூக அமைப்பைத் தலைகீழாக்கி, மற்ற அனைவரையும் இரண்டாந்தரக் குடிமக்களாக ஆக்க விரும்புகின்றனர். அவர்களது கருத்து, இந்திய சாதிகள் மரபின அடிப்படை கொண்டவை அல்ல என்று அம்பேத்கர் கூறிய கருத்துடனும் சுதந்திரம், சமத்துவம், சகோதரத்துவம் ஆகியவற்றின் அடிப்படையில் ஒரு சமுதாயத்தை உருவாக்க வேண்டும் என்னும் அவரது கருத்துநிலையுடனும் நேரடியாக முரண்பட்ட போதிலும் அவர்களும் 'அம்பேத்கரியர்க'ளாகவே இருக்கின்றனர்.

1938இல் பாபாசாஹெப் அம்பேத்கர் தலித்துகளுக்கு இரண்டு எதிரிகள் இருப்பதாகக் கூறினார்: பார்ப்பனியமும் முதலாளியமுமே அவை. ஆனால் சமுதாயத்தில் மேல்நிலைக்குச் சென்று கொண்டிருக்கும் தலித்துகளில் ஒரு பிரிவினர் தலித் முதலாளியத்தைப் போற்றிப் புகழ்கின்றனர்; தலித் பூர்ஷ்வா வர்க்கம் வரப்போவதைக் கொண்டாடுகின்றனர். பார்ப்பனியம் எனத் தான் கூறுவது பார்ப்பன சாதிகளைச் சேர்ந்தவர்களுடன் மட்டும் அடையாளப்படுத்தப்

படுவதல்ல என்றும் பார்ப்பனியம் என்பது தலித்துகளிடம்கூட இருக்கமுடியும் என்றும் அம்பேத்கர் தலித்துகளை எச்சரித்தார். ஆனால், அம்பேத்கர்யர்களின் கண்ணோட்டம் பொதுவாகவே இந்த நுட்பமான வேறுபாட்டைச் செய்யத் தவறியதுடன், சாதியால் பார்ப்பனர்களாக உள்ளவர்களை மட்டுமே தனது தாக்குதலின் குறியிலக்காகக் கொண்டிருந்தது.

சமுதாயத்திலுள்ள பலகீனர்களைப் பாதுகாப்பதற்காக, ஆளுகை செய்யும் விடயத்தில் சமூக ஒழுக்கநெறி வேண்டும் என அம்பேத்கர் விரும்பினார் என்பதைச் சொல்லத் தேவையில்லை. சமுதாயத்திற்குத் தேவையான அறவொழுக்க ஆயுதத்தை அவரது பௌத்தம் வழங்கியது. சமூக ஒழுக்கநெறி என்பதைப் பற்றிய கவலையை தலித்துகள் அரிதாகவே வெளிப்படுத்துகிறார்கள். எடுத்துக்காட்டாக, ஊழல், பிற ஒழுக்கக்கேடான செயல்கள் என்னும் விடயத்தைப் பொருத்தவரை அம்பேத்கரிய தலித்துகளுக்கும் மற்றவர்களுக்கும் எந்த வித்தியாசமும் இருப்பதில்லை.

அம்பேத்கர் ஒரு சோசலிசவாதியாக – அது ஃபேபியன் சோசலிசம்[5] என்றாலும்–இருந்தார் என்பது மறுக்கமுடியாத உண்மை. இந்திய அரசியல் சட்டத்தின் பிரிக்கமுடியாத பகுதியாக சோசலிச சமுதாயக் கட்டமைப்பைச் சேர்க்க விரும்பிய அவரது பார்வையை அவரது 'அரசும் சிறுபான்மையினரும்' [State and Minorities] என்னும் ஆவணத்தில் காணலாம். ஆனால் ஆச்சரியம் என்னவென்றால், தலித் அறிவாளிகளில் பெரும்பான்மையினர்–இவர்கள் தங்களை 'அம்பேத்கரியர்கள்' என அழைத்துக் கொள்கின்றனர்–அரசாங்கத்திற்கு நல்ல பிள்ளைகளாக இருப்பதற்காக உலகமயமாக்கலின் சமூக–டார்வினியக்[5] கொள்கைகளுக்கு ஆதரவு தருகின்றனர். அம்பேத்கரின் கருத்து நிலை என்பது பிராக்மாடிசம்[6] ஆகும். அது, வரலாறு தவிர்க்க முடியாத சில விதிகளின்படி வளர்ச்சியடைகிறது என்று பார்க்காமல், விடயங்கள் எப்படி வளர்ச்சியடைகின்றனவோ அவற்றை அந்தந்த சமயங்களுக்கேற்பக் கையாள வேண்டும் எனக் கூறுகிறது. இந்தக் கருத்துக்கு மாறாக, அம்பேத்கரியர்கள், கடந்த காலத்தில் வாழ்ந்து கொண்டிருப்பதாகவே தோன்றுகிறது. அந்தக் கடந்தகாலம் அவர்களைப் பொருத்தவரை கொடூரமான ஒன்றுதான். அம்பேத்கரியச் சொல்லாடல்கள் அனைத்துமே கடந்தகாலத்தை நோக்கியவையாக, அவர்கள் மீது பாதிப்பை ஏற்படுத்தும் நடப்புக்காலச் சக்திகளைப் பற்றிய உணர்வே அற்றவையாக இருக்கின்றன. அந்தச் சொல்லாடல்கள் நிகழ்காலத்தில் வேரூன்றியிருக்குமானால், சமுதாயத்தில் ஏற்பட்டுள்ள கட்டமைப்பு மாற்றங்களைக் கருத்தில் கொண்டு, பார்ப்பன எதிர்ப்பு சொற்சிலம்புகளையும் அடையாள

மோகத்தையும் ஒதுக்கித் தள்ளியிருக்கும். உண்மையில், அம்பேத்கரிய இயக்கத்தில் எண்ண முடியாத அளவுக்குக் கருத்துநிலைப் புதிர்கள் உள்ளன.

3. தலைமை நெருக்கடி

தலித்துகள் இவ்வாறு குறுக்கு நெடுக்காகச் சிதறுபட்டுக் கிடப்பதாலும் அவர்களிடம் கருத்துநிலை ஒற்றுமை இல்லாததாலும் அவர்கள் மிகவும் கடுமையான தலைமை நெருக்கடியை எதிர் கொள்கின்றனர். ஒவ்வொரு சமூகக் குழுவும் ஏராளமான பிரிவுகளாகப் பிளவுபட்டுள்ளது; ஒவ்வொரு பிரிவுக்கும் தனித்தனித் தலைமை உள்ளது. அம்பேத்கரியத் தலித்துகளின் தலைமை என்பது அவப்பேறாக நிலப்பிரபுத்துவப் பண்பாட்டில் காணப்படும் முன்மாதிரியை அடிப்படையாகக் கொண்டுள்ளது. அதாவது, முதலில் ஒரு தலைவரை உருவாக்குவது, பின்னர் அவரைச் சுற்றி ஒரு குழு திரண்டு அந்தத் தலைவரை வலுப்படுத்துவது. மக்கள் குறிப்பிட்ட பிரச்சனை களுக்காகக் கிளர்ச்சி செய்து, ஒன்றாகத் திரண்டு ஒரு தலைமையை உருவாக்குவதன் மூலம் அம்பேத்கரியத் தலித் இயக்கம் உயிரோட்ட முள்ள வளர்ச்சியைப் பெறுவதில்லை. தலித்துகள் தலைமைகளை உருவாக்கும் முறை தலைவருக்கும் அவரைப் பின்பற்றுபவர் களுக்கும் ஓர் இடைவெளியை உருவாக்கி, தலைவருக்குப் பொருளாதார வசதிகளைத் தேவையாக்குகிறது. அந்த வசதி தலித்து களிடமிருந்து கிடைப்பது சுலபமல்ல. எனவே பல தலித் தலைவர்கள் தலித் அல்லாத செல்வந்தர்களின் ஆதரவை நாடுகின்றனர். எனவே, இத்தகைய தலைவர்கள் தங்களுக்குக் கொடையளிப்பவர்களுக்குக் கடமைப்பட்டவர்களாகவும் அவர்கள் சொல்வதின்படி நடக்க வேண்டியவர்களாகவும் உள்ளனர். நாம் இவ்வாறு சொல்வதால், எல்லாத் தலைவர்களுமே இவ்வாறுதான் வளர்ச்சி பெற்றுள்ளனர் எனப் பொருள் கொள்ளக்கூடாது; அவர்கள் எல்லோருமே தங்கள் அரசியல் வாழ்வை இப்படித் தலித் அல்லாதவர்களிடமிருந்து உதவி பெற்றுத்தான் தொடங்கவில்லை. ஆனால் அவர்களது வளர்ச்சியின் ஒரு கட்டத்தில், தலித் அல்லாதவர்களிடமிருந்து உதவிபெறுவதா வேண்டாமா என்னும் தடுமாற்றத்துக்கு ஆளாகி, தங்களை நிலைநிறுத்திக் கொள்வதற்காக தவிர்க்கமுடியாதபடி தலித் அல்லாதவர்களின் உதவியைப் பெறும் ஆசைக்கு பலியாகி, எந்தக் குறிக்கோளுடன் தொடங்கினார்களோ அதிலிருந்து திசைவிலகிச் சென்றுவிடுகிறார்கள். இது தலித் தலைவர்களிடம் சுயநலப் போக்கைத் தூண்டிவிட்டு சீரழிவு என்னும் நச்சுசூழலை ஏற்படுத்தி விடுகிறது. தற்போது தலித்துகள் சிக்கித் தவிக்கும் புதை சேற்றிலிருந்து

அவர்களை மீட்பதற்கு மிகப் பெருந்தடையாக இருப்பவர்கள் இந்த சுயநலத் தலைவர்கள்தான்.

4. அரசியல் நெருக்கடி

தலித்துகள் அரசியலில் மிகுந்த பிடிப்புக் கொண்டிருக்கிறார்கள். அதற்குக் காரணம், அவர்கள் அரசியல் என்பதை அதிகாரத்தைப் பெறுவதற்கான சாதனம் என்று பார்ப்பதுதான். எனவே தலித்துகளின் அனைத்துப் பிரச்சனைகளுக்குமான தீர்வு அரசியல் அதிகாரமே என அம்பேத்கர் ஒரு சமயம் கூறிய கருத்து அவர்களிடம்–குறிப்பாக சமுதாயத்தில் மேல்நிலை அடைந்து கொண்டிருக்கும் தலித்துகளிடம்–மிகவும் செல்வாக்குச் செலுத்துகிறது. அரசாங்க அதிகாரம் என்பதையே அரசியல் அதிகாரம் என்று அவர்கள் கருதுவதால், அதை அடைவதற்கான அனைத்து முறைகளும் அவர்களுக்கு நியாயமானவையாகத் தோன்றுகின்றன. ஆகவே, தலித் அரசியல் தலைவர்களின் அனைத்துவிதமான அரசியல் சர்க்கஸ் விளையாட்டுகளுக்கும் தலித் மக்கள் ஒப்புதல் அளித்துவிடுகின்றனர். தலித்துகள் அரசியல் அதிகாரத்தைக் கைப்பற்ற வேண்டும் என அம்பேத்கர் கூறியதை, அரசியல் வர்க்கத்தினர் தாங்கள் செயல்படுவதற்கான அரசியல் வெளிகளை உருவாக்கிக் கொள்வதற்கு சாமர்த்தியமாகப் பயன்படுத்திக் கொள்கின்றனர். ஒருகாலத்தில் பிற தலித்துகளை அம்பேத்கரிய தலித்துகளிடமிருந்து வேறுபடுத்திப் பார்த்து, அம்பேத்கரிய தலித்துகளை மட்டுமின்றி அம்பேத்கரையும் கூட பகிரங்கமாக இழித்துரைத்து வந்த சிவசேனை வெறுத் தொதுக்கப்பட வேண்டிய ஒன்றே என்றாலும், தங்களது பெயருக்கும் புகழுக்கும் எந்த பாதகமும் இல்லாமல், முக்கியமான தலித் தலைவர்கள் பலர் சிவசேனையில் சேரவும் அதிலிருந்து வெளியே வரவும் செய்திருக்கிறார்கள். ''சிவ சக்தி+பீம் சக்தி =தேசபக்தி'' என்னும் முட்டாள்தனமான சூத்திரத்தின் கீழ் அம்பேத்கரியர்களுக்கும் சிவசேனையினருக்குமிடையே கூட்டணி அமைக்கும் முயற்சி நடக்கும்போது, அறிவாளிகள் வட்டாரத்தில் செயலற்ற வெற்றுக் கூச்சல்கள் எழுப்பப்படுகின்றன. ஆனால் அந்தக் கூட்டணி யதார்த்தமானதாகி வருகின்றபோது அதைத் திட்டவட்டமாக எதிர்ப்பதில்லை. மாறாக, கருத்தரங்குகளில் அதை ஒரு விவாதப் பொருளாக எடுத்துக்கொள்வதன் மூலம் அதற்கு ஒரு மரியாதை வழங்கப்படுகிறது. மகாராஷ்டிராவில் அம்பேத்கரிய தலித்துகளிடமிருந்து அந்தக் கூட்டணி குறித்த திட்டவட்டமான கண்டனம் ஏதும் வரவில்லை.

பஹுஜன் சமாஜ் கட்சியின் அரசியல் முழுவதுமே – அதன் செயல்பாடுகள் தலித்துகளை அரசியல், பொருளாதார, சமூகரீதியாக

வலுப்படுத்தவில்லை என்பதற்கான ஏராளமான சான்றுகள் இருந்த போதிலும் – அரசியல் அதிகாரம் என்பது தானாகவே தலித்துகளின் விடுதலையைக் கொண்டுவந்துவிடும் என்னும் வாதத்தின் அடிப்படையில் அமைந்துள்ளது. தலித் அரசியலைப் பொருத்தவரை அரசியல் என்பது நாடாளுமன்ற அரசியல்தான். இந்த அரசியல், கிளர்ச்சிகள், போராட்டங்கள் என்னும் இதர அரசியல் வடிவங்கள் மீது இருள் கவ்வச் செய்துவிட்டது. அம்பேத்கரின் பொதுவாழ்வின் தொடக்ககாலத்தில் கிளர்ச்சிகளும் போராட்டங்களும் இருந்தன என்றாலும் ராஜதந்திரம், நாடாளுமன்ற அரசியல் ஆகியனவே அவரது வாழ்க்கையில் முக்கிய இடம் பெற்றுவிட்டன. பெரும்பான்மையான மக்களின் நலன்களைப் பாதுகாத்து அவற்றை நிறைவேற்றுவதில் நாடாளுமன்ற அரசியலுக்குள்ள வரம்புகளை அவர் சிந்தனாரீதியாக தெளிவாக அறிந்திருந்தபோதிலும், மாற்று அரசியலை அவரால் தெளிவாக முன்வைக்க முடியவில்லை. இன்னும் சொல்லப் போனால், அவர் அரசியல் சட்டத்தின் மூலம் மாற்று அரசியலை ஏற்படுத்துவதற்கு ஒப்புதல் அளித்ததாகத் தோன்றுகிறது. இந்தக் கருத்தை மக்களிடம் வலுவாக ஊன்றச்செய்தது, அரசியல் சட்டம் நிறைவேற்றப்பட்டபின் அவர் கூறிய விடயுமாகும். அதாவது, தலித்துகளுக்குக் கிளர்ச்சி அரசியல் தேவையில்லை; அவர்கள் அரசியல் சட்டத்தின் மீதே கவனம் குவிக்கவேண்டும் என்னும் அவரது கூற்றாகும். கடந்த அறுபாண்டுக்கால அனுபவம், தலித்துகளின் நலன்களைப் பிரதிநிதித்துவப்படுத்தாத கொள்கை முடிவுகள் எடுக்கப்பட்டதைக் காட்டும் அனுபவம், நாடாளுமன்ற அரசியல் என்பது தலித்துகளைச் சிக்கவைக்கும் படுகுழி என்பதை அம்பலப் படுத்துகிறது. அரசியல் என்பதை நாடாளுமன்ற அரசியலாகவே கருதும் தலித்துகளால் இந்த நிலைக்குத் தீர்வு காணவோ, இந்த நிலையை மாற்றுவதற்கான சாத்தியப்பாட்டையோ காண முடியவில்லை.

5. அறவொழுக்க நெருக்கடி

அம்பேத்கரின் சிந்தனையில் ஒழுக்கநெறி என்பது மைய இடத்தைப் பெற்றிருந்தது. இந்தக் காரணத்தால்தான், சமுதாயத் திற்கான தார்மீக ஆதாரமாக மதம் இருக்கவேண்டும் என்று வலியுறுத்தினார். அவரைப் பொருத்தவரை பௌத்தம் என்பது இந்து மதத்தின் கொடுங்கோன்மையிலிருந்து தப்பிப்பதற்கான மார்க்கம் மட்டுமல்ல; மாறாக தலித்துகளுக்கும் தலித் அல்லாத பிற சமுதாயப் பிரிவினருக்குமான அறவொழுக்க ஆயுதத்தை வழங்குவதுமாகும். இது அம்பேத்கரியரல்லாதவர்களால் மறுதலிக்கப்பட்டது. ஆனால், விந்தை என்னவென்றால் தங்களை அம்பேத்கரியர்கள் என

உணர்ச்சிகரமாகச் சொல்லிக் கொள்பவர்கள்தான் அம்பேத்கரின் கருத்தை மறுதலித்தவர்களுக்கு வேண்டிய ஏராளமான சான்றுகளைத் தருகிறார்கள். அறவொழுக்க மாற்றம் எதனையும் பௌத்தம் தலித்துகளுக்கு வழங்கவில்லை என்பது வருந்தத்தக்கது. அம்பேத்கரியர்களுக்கான மற்றொரு அடையாளக் குறியாக மட்டுமே பௌத்தம் உள்ளது. அது சமுதாய அறவொழுக்க நெறியாக இப்போது இல்லை. பௌத்தம் என்பது வெறும் பண்பாட்டு அடையாளமாகவே உள்ளது. பௌத்தர்களில் ஒரு பிரிவினர் அம்பேத்கரியம் என்பதும் பௌத்தம் என்பதும் ஒன்றுதான் என வழக்காடுகின்றனர்; பாலி மொழி கற்றல், பௌத்த விகாரங்களைக் கட்டுதல், வழிபாட்டுப் பாடல்களைப் பாடுதல், சடங்குகளைச் செய்தல் ஆகியவற்றோடு அண்மைக் காலமாக விபாசனாவுக்குச்[7] செல்லுதல் ஆகியவற்றில் முனைப்பாக ஈடுபடுகின்றனர். மனத்தை ஆன்மீகரீதியான உயர் வழிப்படுத்துவதன் மூலம் தனிமனிதர்கள் விமோசனம் பெறு வதற்குத்தான் அவர்கள் அழுத்தம் தருகின்றனர். தங்களைச் சுற்றிலுமுள்ள தங்கள் சகோதரர்கள் துன்பத்தில் ஆழ்ந்திருப்பதைக் கண்டு அவர்களது மனசாட்சி புண்படுவதில்லை. மாறாக, அவர்கள் கடைப்பிடிக்கும் பௌத்தம், அவர்களுக்கும் உலகிற்குமிடையே பெரும் இடைவெளியை உருவாக்குகிறது. சமுதாயப் பிரச்சனைகள் மீது அவர்களுக்கு அக்கறை இல்லை. அவர்கள் தங்கள் சகமனிதர்களை எப்படி வேண்டுமானாலும் நடத்துவார்கள், ஆனால் அதேவேளை பௌத்தர்களாகவும் இருப்பார்கள். இதைத்தான் சமுதாயத்தில் மேல் நிலைக்குச் சென்றுகொண்டிருப்பவர்களிடம்—தாங்கள் பௌத்தத்தைப் பின்பற்றுவதாக பகிரங்கப்படுத்திக் கொள்பவர்களிடம் – பார்க் கிறோம். ஊழலில் ஈடுபடுவதிலோ, அதிகாரத்தைத் தவறாகப் பயன்படுத்துவதிலோ, சீரழிந்துபோன மேட்டுக்குடியினருக்கு ஆதரவாக இருப்பதிலோ, சாமான்ய மக்களிடம் ஈவிரக்கமின்றி நடந்து கொள்வதிலோ இவர்களுக்குச் சிறிதும் மன சஞ்சலம் இருப்பதில்லை. ஏனெனில், இவர்களது பௌத்த விபாசனம் இவர்களை உலகியல் விடயங்களுக்கு மேலானவர்களாகச் செய்துவிட்டது!

6. அமைப்பு நெருக்கடி

தலித் அமைப்புகளின் சிறப்பியல்பாக இருப்பது, பிளவு படும் தன்மையாகும். தலித் என்பது நடைமுறையில் ஒரு சாதிக்கான பெயராக உள்ளதேயன்றி, அனைத்துத் தீண்டத்தகாத சாதிகளையும் தழுவக்கூடியதும் ஓரளவு வர்க்கம் என்னும் நிலைக்கு வருகின்றது மான விடயமாக இல்லை. அப்படியிருந்தும், தலித் அமைப்புகள் பிளவுபட்டுக் கொண்டே இருக்கின்றன. தலித்துகளை ஒன்றுபடுத்தி

வலுப்படுத்துவதற்கு முன், தலித் அரசியல் தொழில் முனைவோர்கள், இதர பிற்படுத்தப்பட்ட வகுப்பினருடன் ஒன்றிணைந்து தங்களுக்கான இன்னும் விரிந்த அரசியல் களத்தை உருவாக்கிக்கொள்வதில் இறங்கியுள்ளனர். இதில் கன்ஷிராம்தான் இவர்களுக்கு முன்னோடி. கன்ஷிராமின் 'பஹுஜன்' திட்டத்தைக் கண்டு உற்சாகமடைந்த பல தலித் அரசியல்வாதிகள் அந்தப் பாதையில் செல்லத் தொடங்கி உள்ளனர். ஆனால், அவர்கள் ஒரு விஷயத்தைப் புரிந்துகொள்ள வில்லை. அதாவது, உத்திரப்பிரதேசத்தில் பஹுஜன் சமாஜ் கட்சிக்குக் கிடைத்த வெற்றிக்குக் காரணம் தலித்துகளுக்கும் பிற பிற்பட்ட வகுப்பினருக்கும் ஏற்பட்ட ஒற்றுமை அல்ல; மாறாக, அரசியல்மயமாக்கப்பட்ட தனியொரு தலித் சாதி ஒன்று அங்கு பெருமளவில் இருப்பதுதான். நாம் இப்படிக் கூறுவதற்கான சான்று என்னவென்றால், பஹுஜன் சமாஜ் கட்சி, உத்திரப்பிரதேசத்தில் தனக்குக் கிடைத்த வெற்றியை பிற மாநிலங்கள் எதிலும் அடைய முடியவில்லை என்பதுதான். தலித் அமைப்புகள் தம்மை சாதி–எதிர்ப்பாளர்களாகக் காட்டிக்கொண்டாலும், அவை பெரிதும் சாதி அடையாளத்தையே அடிப்படையாகக் கொண்டுள்ளன. சாதி என்பது அடிப்படையில் மேல்–கீழ்வரிசை என்னும் படிநிலை அமைப்பைக் கோருகின்றதாகும் என்பதும் சாதிகளின் ஒற்றுமையை அனுமதிக்கக் கூடியது அல்ல என்பதும் மறக்கப்பட்டு விடுகின்றன. எந்தவிதமான முற்போக்கான மாற்றத்தையும் உருவாக்குவதற்கான சாதனமாக சாதி இருக்காது என்பதைப் புரிந்துகொள்ளததுதான் தலித் இயக்கத்தின் அடிப்படையான மடைமையாகும். தலித் இயக்கம் பிளவுபட்டுக் கொண்டே வருவதற்கு வழக்கமாகச் சொல்லப்படும் காரணங்கள் இவை: கல்வியறிவு பரவிவருவதாலும் பொருளாதார வசதிகள் கூடுவதாலும், தலித்துகள் முன்காலத்தில் இருந்ததைப் போல கீழ்ப்பட்ட நிலையை ஒப்புக்கொள்வதில்லை; கருத்து நிலைக் குழப்பங்கள் ஏராளமாக இருப்பதால் தலித்துகள் ஒன்றுபட முடியாமல் இருக்கிறார்கள்; ஆளும் வர்க்கக் கட்சிகளின் கவர்ச்சிகள்; தலைவர்களுக்கும் வெகுமக்களுக்கும் தொடர்பின்னை; இன்ன பிற காரணங்கள். இந்தக் காரணங்களில் ஓரளவு உண்மை இருப்பினும் அவை அடிப்படைக் காரணங்களல்ல என்பதோடு, சாதிகள் ஐக்கியப்படாமலிருக்கும் அடிப்படைப் போக்கை வலுப்படுத்து வதற்கும் உதவுகின்றன.

7. வாழ்க்கை நெருக்கடி

தலித் மக்களில் மிகப் பெரும்பான்மையினர் வாழ்க்கை நெருக்கடியை எதிர்கொண்டிருக்கின்றனர் – அதிலும் குறிப்பாக நாட்டில் நவ–தாராளவாதப் பொருளாதாரச் சீர்திருத்தம் நடைமுறைப்

படுத்தப்படத் தொடங்கியதிலிருந்து. தலித்துகளில் 88 விழுககாடடினா வாழும் கிராமப்புறங்களில் இந்த நவ தாராளவாதக் கொள்கைகள் பெருமளவில் நெருக்கடியை உருவாக்கியுள்ளன. விவசாயத் துறையில் அரசாங்க முதலீடும் தனியார் முதலீடும் குறைந்து வருவதன் காரணமாக வேளாண் உற்பத்தி வெகுவாகப் பாதிக்கப் பட்டுள்ளது. அண்மையில் ஊரக வேலைவாய்ப்புத் திட்டம் நடைமுறைப்படுத்தப்பட்டு கிராமப்புறங்களில் சில வேலை வாய்ப்புகளை உருவாக்குவதற்கு முன்பு, விவசாயம்–சாராத துறைகளில் செய்யப்படும் முதலீடு பற்றாக்குறையாக இருந்ததன் காரணமாக, கிராமப்புற ஏழைமக்களின் வருமானம் மிகவும் பாதிக்கப்பட்டது. பொதுவாக ஏழைகளின்–குறிப்பாக கிராமப்புற ஏழைகளின்–அதிலும் குறிப்பாக ஏழை தலித்துகளின் வளர்ச்சிக் குறியீடுகளில் மிக மோசமான இறக்கம் ஏற்பட்டு வருகின்றது. சராசரியாகத் தனிநபருக்குக் கிடைத்துவந்த உணவின் அளவு அறுபதாண்டுகளாக நிலையாக உயர்ந்து வந்தது. இப்போது அது 1950-51ஆம் ஆண்டு நிலைக்கு வந்துவிட்டது. 1991இல் ஆண்டுக்கு 186.2 கிலோவாக இருந்த அது 2001இல் ஆண்டுக்கு 151.9கிலோவாகக் குறைந்தது. ஏழைமக்கள் உண்மையில் நுகரும் உணவுப் பொருள்களின் அளவும் இதைவிடக் குறைவானதாகும். தேசிய வருமானத்தில் வேளாண்மையிலிருந்தும் அதனுடன் இணைந்த தொழில்களில் இருந்தும் கிடைத்துவந்த பகுதி முன்பு 59 விழுக்காடாகும். இப்போது அது 17 விழுக்காட்டிற்கும் கீழ் போய்விட்டது. இத்தனைக்கும் ஒட்டுமொத்தமாகப் பார்த்தால் விவசாயத்தையும் அத்துடன் இணைந்த தொழில்களையும் சார்ந்துள்ள உழைப்பாளிகளின் எண்ணிக்கை அதிகரித்துள்ளது. தலித்துகளைப் பொருத்தவரை நிலமற்றோரின் எண்ணிக்கை இந்த ஆண்டுகளில் அதிகரித்துள்ளது. அதற்குக் காரணம், நாடு முழுவதும் நிலம் அபகரிக்கப்படுவதுதான். ஏற்கனவே மோசமானதாக இருந்த பொது மருத்துவமுறை உலகமயமாக்கல் காலகட்டத்தில் இன்னும் மோசமானதாகிவிட்டது. ஏழைகளின் உடல் ஆரோக்கிய நிலையில் இது பிரதிபலிக்கின்றது. தலித்துகள் பஞ்சத்தின் விளிம்பில் இருக்கிறார்கள். தலித்துகளின் விடுதலைக்கான செயலூக்கமான சாதனமாக இருந்த கல்வி முழுமையாக வர்த்தகமயமாக்கப்பட்டுள்ளது. தரமான கல்வி கிடைக்கும் வாய்ப்பிலிருந்து தலித்துகள் துண்டிக்கப்பட்டுள்ளனர். தலித்துகளுக்கு வேலைவாய்ப்புகளைப் பெறுவதற்கான நம்பிக்கையை ஊட்டியதும், அதன் பொருட்டு கல்வி கற்கும்படி அவர்களைத் தூண்டியதுமான இடஒதுக்கீடு முறை காணாமல் போய்விட்டது. 1997 முதல் 2007 வரையில் தலித்துகளுக்கான இடஒதுக்கீடு வளர்ச்சி விகிதம் என்பது – 9.6% ஆகும். கடந்த அறுபதாண்டுகளில்

முன்னேற்றம் கண்ட பத்து சதவீதத்திற்கும் குறைவான தலித்துகளைத் தவிர, தலித்துகளில் பெரும்பான்மையினர் பன்முக நெருக்கடிகளை எதிர்கொண்டுள்ளனர்.

8. நெருக்கடிகளுக்கான காரணங்கள்

அம்பேத்கரியர்களிடையே ஆழமான பிளவுகள் இருப்பதன் காரணமாக மேற்சொன்ன நெருக்கடிகளை அவர்கள் அவ்வளவு எளிதாக ஒப்புக்கொள்வதில்லை. ஏனெனில் இந்த நெருக்கடிகளில் பெரும்பாலானவை சாமானிய தலித் மக்களைப் பாதிப்பவை. ஊர்வலங்களையும் கூட்டங்களையும் நிரப்புவதற்காகப் பயன் படுத்தப்படும் அந்த மக்களை தலித் அமைப்புகள் அரிதாகவே பொருட்படுத்துகின்றன. நீண்டகாலமாகவே படித்த நகர்ப்புற தலித்துகளிடம் கட்டுண்டு கிடக்கும் அந்த மக்களால் தங்களை மிக மோசமாகப் பாதிக்கும் விடயங்களைக்கூட வேறுவிதமாகப் பார்க்க முடிவதில்லை. உண்மையில், நிலப்பிரச்சனையில் வேர்கொண்டுள்ள அவர்களது நலன்கள் ஒருபோதும் கருத்தில் கொள்ளப்படவில்லை. நிலம் பகிர்ந்து கொடுக்கப்பட வேண்டும் என்பதற்காக 1953இல் மகாராஷ்டிர மாநிலத்தின் மராத்வாடா பகுதியில் பாபாசாஹெப் அம்பேத்கரின் ஆலோசனையின் பேரில் 1953இல் குறியீட்டு அளவில் நடந்த போராட்டத்தையும் 1964இல் தாதாசாஹெப் கெய்க்வாடின் தலைமையில் நடந்த தேசந்தழுவிய போராட்டத்தையும் தவிர வேறு எந்த நிலப்போராட்டமும் நடக்கவில்லை. தலித் இயக்கம் முழுவதுமே நேரடியாகவோ, மறைமுகமாகவோ இடஒதுக்கீடு என்பதைச் சுற்றியே இயங்கிவந்தது. இதன் காரணமாக, மேல் தட்டு தலித்துகள் தலித் வெகுமக்களிடமிருந்து பெரிதும் துண்டிக்கப் பட்டனர். அந்த மக்கள் மீது அவர்களுக்கு இன்னும் ஏதேனும் அக்கறை இருக்கிறது என்றால் அதற்குக் காரணம், அரசியலின் மூலம் தங்களை இன்னும் வலுப்படுத்திக் கொள்ளவேண்டும் என்னும் ஆர்வம்தான்.

நெருக்கடிகளுக்கான காரணங்களைப் பகுத்தாய்வு செய்ய முனைகையில் தலித்துகள் செய்யும் முதல் காரியம், அந்த நெருக்கடிகளுக்கான புறக்காரணங்களைச் சொல்வதுதான். தாங்கள் மிக சரியானவர்கள் என்பது போல அவற்றைக் கூறும் போக்கு தலித்துகளிடம் உள்ளது. தங்களைப் பாதிக்கும் எல்லாவற்றுக்கும் அவர்கள் எளிதான தீர்வை வைத்திருக்கிறார்கள்: பார்ப்பனர்கள் இல்லாவிட்டால் வேறு யார் மீதாவது பழிசுமத்துவது. தலித்துகள் ஒருகாலத்தில் மகத்தான மக்களாக இருந்தார்கள்; பார்ப்பன மோசடிக்காரர்கள் தங்கள் சாஸ்திர சூழ்ச்சிகளைக்கொண்டு தலித்துகளை மனிதனுக்குக் கீழான நிலைக்குக் கொண்டு

வந்துவிட்டார்கள்; தலித் பண்பாடு மிக உயர்ந்ததாக இருந்தது; ஆனால் மேலாண்மை செலுத்தும் பார்ப்பனியப் பண்பாடு அந்தத் தலித் பண்பாட்டுக்குக் குழிபறித்துவிட்டது –இதுதான் அவர்களது பதில். தலித்துகளை அடிமைப்படுத்த பார்ப்பனர்கள் செய்த சூழ்ச்சிகளை நாம் மறுக்கவில்லை. ஆனால் புறக்காரணங்கள் மீதே திரும்பத் திரும்பத் பழிசுமத்துவது, தங்களது பலகீனங்கள் சிலவற்றை அறிந்துகொள்ள உள்நோக்கிய பார்வையைச் செலுத்த முடியாதபடி அவர்களது கண்களை மூடிவிடுகிறது. அவர்களது விடுதலை என்னும் கண்ணோட்டத்திலிருந்து பார்த்தால், அவர்கள் தங்களது பலகீனங்கள் மீது உள்நோக்கிய பார்வையைச் செலுத்துவதுதான் புறச்சக்திகளின் மீது பழிசுமத்துவதை விட முக்கியமானது. எடுத்துக்காட்டாக, யாரோ ஒருவர் அவர்களை ஏமாற்றுவதாக வைத்துக்கொள்வோம். அதனோடு சேர்ந்த மற்றொரு உண்மை என்னவென்றால், அவர்களிடம் சில பலகீனங்கள் இருப்பதால்தான் யாரோ ஒருவரால் அவர்களை ஏமாற்ற முடிகின்றது என்பதாகும். இந்த நோக்குநிலைதான் அவர்களுக்கான சிறந்த எதிர்காலத்துக்கான பாதையை வகுத்துத் தரும். புறச்சக்திகள் மீது பழி சுமத்துவது, பாதிக்கப்பட்டவருக்கு உளவியல்ரீதியான ஆறுதலைத் தருமேயன்றி, அவர் உலகியல்ரீதியாகத் தனது பலகீனங்களைக் கடந்துவருவதற்கு உதவாது. நடந்த தவறுகள் என்ன என்பது குறித்த ஆய்வு செய்கையில், உள் பலகீனங்களுக்குப் பொறுப்பான புறச்சக்திகளைத் தேடுவதை விடுத்துத் தங்கள் சுயத்தைத் தேடுவதுதான் அம்பேத்கரியர்களுக்கு நல்லது. பல சமயங்களில் தலித்துகளின் உள் பலகீனம் எதிரிக்கு வசதியாகி விடுகிறது. அவன் தலித்துகளுக்குள் நுழைந்து தனது அனுகூலத்திற்காக அந்த பலகீனத்தைப் பயன்படுத்திக் கொள்கிறான். மேலே எடுத்துக் காட்டப்பட்ட நெருக்கடிகளை மட்டும் ஒருவர் பரிசீலனைக்கு எடுத்துக் கொண்டால், தலித்துகள் ஒப்புக்கொண்டே தீரவேண்டிய ஒரு விடயம் இருக்கிறது என்பதை அவர் நிச்சயம் தெரிந்து கொள்வார். அதாவது, தங்களது கருத்துநிலை ஆதாரம் என்ன என்பதைப் பற்றி அவர்களுக்குள்ள குழப்பம்தான். இந்தக் குழப்பத்திற்கான மூலாதாரத்தை அவர்களுக்குள்ளேயே கண்டறிய வேண்டுமேயன்றி, புறச்சக்திகளிடம் அல்ல. உள் பலகீனங்களை எதிரி அறிந்து கொண்டால், நிச்சயம் அவன் அதைத் தனக்கு அனுகூலமானதாகப் பயன்படுத்துவான். ஆனால், பலகீனம் தலித்துக்களுக்கு உள்ளேயே இருக்கிறது என்பதை ஒப்புக் கொண்டாக வேண்டும். உண்மையில், அம்பேத்கரியக் குழுக்களின் எண்ணிக்கை பெருகிக்கொண்டே வருவதற்கான முதன்மைக் காரணம் அம்பேத்கரியம் என்பது பற்றிய தெளிவின்மைதான். அம்பேத்கரியம் என்பது பெரும் விளைவுகளற்ற முக்கியத்துவமில்லாத ஒரு கோட்பாடாக இருக்குமானால், யார்

வேண்டுமானாலும் தங்களை அம்பேத்கரியர் என அழைத்துக் கொள்வதில் பிரச்சனை இல்லை. ஆனால் அம்பேத்கரியத்தின் பிரச்சனை என்னவென்றால், அது புரட்சித்தன்மையை உள்ளுறையாகக் கொண்டுள்ள வர்க்கமொன்றின் கருத்துநிலை ஆதாரமாக இருப்பது தான். இந்த அடிப்படை உண்மை, அம்பேத்கரியத்தைப் பற்றி எச்சரிக்கையாக இருக்கவேண்டும் என்று ஆளும் வர்க்கத்திற்கு உணர்த்தும். அதனுடைய கூர்மையான முனைகளை மழுங்கடிக்கச் செய்வதற்கான வாய்ப்புகளை ஆளும் வர்க்கத்தினர் தேடுவர். அம்பேத்கரியத்தைத் துல்லியமாக வரையறுத்தாலும்கூட, எதிரிகள் அதனைத் தெளிவாகத் தெரியாத ஒன்றாக ஆக்கி, வெகுமக்களின் கருத்து நிலைப் பார்வையை திசைகெடச் செய்துவிடுவார்கள். ஆனால், அது சாராம்சத்திலேயே தெளிவற்றதொன்றாக இருக்குமேயானால், எதிரிகளின் வேலை இன்னும் எளிதானதாகிவிடும். இதற்குச்சிறந்த எடுத்துக்காட்டாக இருப்பது வலதுசாரிப் பிற்போக்குச் சக்தியான சங் பரிவாரம் தனது சமரசாட்டாத்[8] திட்டத்துடன் தலித்துகளுக்குள் ஊடுருவியிருப்பதாகும்.

அம்பேத்கரியம் என்னும் அம்சத்தைப் பரிசீலிக்கும் முன், அது இன்றைய வடிவத்திற்கு எவ்வாறு பரிணாம வளர்ச்சியடைந்தது என்பதைப் புரிந்துகொள்வது பயனுள்ளது. ஆதிக்கசக்திகள் முதலில் அவரது பங்களிப்புகளுக்கு அங்கீகாரம் தர மிகவும் தயங்கின; இது ஒரு கட்டம். பின்னர் அவரை வழிபாட்டுக்குரியவராக்கின. இது மற்றொரு கட்டம். தொடக்கத்தில் அவர் ஒரு குறிப்பிட்ட சாதியின் தலைவர் என்றும், பின்னர் பல தலித் தலைவர்களில் அவரும் ஒருவர் என்றும் அவரைச் சிறுமைப்படுத்தும் முயற்சிகள் நடந்தன. இந்தக் கட்டம் 1970களின் தொடக்கத்தில் முடிவு பெற்றது. அப்போது, மரபான இருபிறப்புச் சாதிகளின் ஆதிக்கத்தில் இருந்த தேசியக் கட்சிகளின் முற்றுரிமைக்குச் சவாலாக, வலுவான பிராந்தியக் கட்சிகள்– பிற்படுத்தப்பட்ட வகுப்பினரின் எழுச்சியின் வெளிப்பாடுகளாக–தோன்றின. அரசியலில் போட்டாபோட்டிகள் அதிகரித்தன. எல்லாக் கட்சிகளும் ஏற்கனவே இருந்த சாதி அணிகளின் ஆதரவைப் பெறவோ, அவை இல்லாத இடங்களில் புதிய அணிகளை உருவாக்கவோ முனைந்தன. இத்தகையதொரு அணியாக ஏற்கனவே இருந்த தலித்துகளை, அவர்களது தலைவர்களை அணைத்துக் கொள்வதன் மூலம், அந்த அரசியல் கட்சிகள் கவர்ந்திழுத்துக் கொண்டு சுதந்திரமான அரசியல் சக்தியாக இருந்த தலித்துகளைப் பலகீனப்படுத்தின. தலித் தலைவர்களை அணைத்துக் கொண்டால், அவர்களுக்குப் பின்னால் இருக்கும் தலித் மக்களும் தங்களிடம் வந்து சேர்வார்கள் என்னும் அடிப்படையிலேயே அந்த

அரசியல் கட்சிகளின் திட்டம் செயல்பட்டது. ஆனால், அந்தத் திட்டத்தின் விளைவு என்னவென்றால், சுயநலம் தேடும் தங்கள் தலைவர்களிடம் அதிருப்தியடைந்த தலித்துகள், அவர்களைப் பின்பற்றுவதை நிறுத்திக்கொண்டதுதான். இப்படிச் சிதறுபட்ட மக்கள் சுயேச்சையாக இயங்கத் தலைப்படுவர் என்பதாலும் அதன் காரணமாக அவர்களை சமாளிப்பது மிகவும் கடினமான தாகிவிடும் என்பதாலும் அவர்களை மீண்டும் ஒன்றுதிரட்ட ஏதேனும் சில புதிய வழிமுறைகள் ஆளும் வர்க்கங்களுக்குத் தேவைப்பட்டன. அம்பேத்கர் என்னும் விக்கிரகம் இவ்வாறுதான் உருவாக்கப்பட்டது. இது ஒருபுறம். மற்றொருபுறம், தங்கள் தலைவர்கள் மீது ஏற்பட்ட அதிருப்தி அதிகரிக்க அதிகரிக்க தலித் மக்கள் பழங்காலத்துக்கான ஏக்கத்துடன் வழிபாட்டு உணர்வுடன் அம்பேத்கர் மீது மென்மேலும் சாயத்தொடங்கினர். இந்த இரண்டு நிகழ்வுப்போக்குகளும் அம்பேத்கர் என்னும் விக்கிரகத்தை உருவாக்குவதில் ஒன்றிணைந்தன. வெகுமக்களின் இதயத்தைக் கவரும் இந்த விக்கிரகத்திற்கான மூலப்பொருள் வரலாற்றுரீதியான அம்பேத்கர் என்றாலும், அந்த வரலாற்றுரீதியான அம்பேத்கரின் பன்முகத் தன்மையும் ஆழமான சிந்தனையாற்றலும் இந்த விக்கிரகத்திற்குத் தேவைப்படவில்லை. மக்களை இந்த விக்கிரகத்துடன் பிணைத்து வைத்திருப்பதற்காக மலரஞ்சலிகள் செய்தல், நினைவுச்சின்னங்கள் அமைத்தல், கூட்டங்களையும் மாநாடுகளையும் நடத்த உதவுதல், பிறந்தநாள், நினைவுநாள் கொண்டாட்டங்களை நடத்துதல் முதலியனவை முறையாகச் செய்யப்பட்டன. இந்த விக்கிரகத்தின் மூலம் தலித் மக்கள் அனைவரின் உணர்வுகளைத் தங்களுக்குச் சாதகமாகப் பயன்படுத்திக் கொள்வது இப்போது ஆளும் வர்க்கங் களுக்கு மேலும் எளிதாகிவிட்டது. அம்பேத்கர் சிலைகளையும் நினைவிடங்களையும் கட்டுதல், சாலைகள், சதுக்கங்கள், திட்டங்கள், நிறுவனங்கள் ஆகியவற்றுக்கு அவரது பெயரைச் சூட்டுதல், அவரது சிந்தனைகள் முதலியன குறித்த ஆராய்ச்சிகள், கருத்தரங்குகள், மாநாடுகள் ஆகியவற்றை நடத்துதல் ஆகியன விறுவிறுப்பாக நடந்தன. இத்தகைய நடவடிக்கைகளின் மூலம் பஹுஜன் சமாஜ் கட்சி தனது தலித் மையக்கருவைப் பேணிப் பாதுகாத்துக்கொள்வதை மேலே நாம் கூறியவற்றுக்கு எடுத்துக்காட்டாகக் கொள்ளலாம். இந்த எளிமைப்படுத்தப்பட்ட விக்கிரகங்களுக்கு விகிதப் பொருத்தமாக பாபாசாஹெப் அம்பேத்கரின் படைப்புகளிலுள்ள சில வாசகங்கள் எளிமைப்படுத்தப்பட்டு ஏராளமான அம்பேத்கரியங்கள் தோன்ற வழிவகுக்கப்பட்டவை.

    உண்மையான அம்பேத்கருக்கும் இப்போது பயன்பாட்டில் உள்ள விக்கிரகத்துக்கும் ஒரு நூலிழைபோன்ற தொடர்புதான் உண்டு.

அம்பேத்கர் விக்கிரகம், அம்பேத்கரை வெகுமக்களுடன் தொடர்பு கொள்ள உதவியது—ஆனால் வக்கரித்த வடிவத்தில். அம்பேத்கர் ஒரு சிக்கலான பன்முக ஆளுமை. ஏனெனில் அவர் கடந்த நூற்றாண்டின் துடிப்பு நிறைந்ததும் சர்ச்சை மிக்கதுமான ஆண்டுகளில் தனக்கான வெளிகளை உருவாக்க வேண்டியிருந்தது. சாதிப் பிரச்சனையை அவர் கையாள வேண்டியிருந்தது. அதைப்பற்றி அவர் தெரிந்து கொள்வதற்கு யாருடைய எழுத்துகளும் ஆராய்ச்சிகளும் அப்போது இருக்கவில்லை. விதிவிலக்காக ஒரு சிலர் திட்டவட்டமான நோக்கம் இன்றி மேற்கொண்ட முயற்சிகள் மட்டுமே இருந்தன. அவரது புரிதலுக்கும் சிந்தனைக்கும் அடிப்படையாகக் கொள்ளக்கூடிய வகையில் சாதி பற்றிய கோட்பாட்டுரீதியான விளக்கம் ஏதும் இருக்கவில்லை. கல்வியறிவு பெறுவதற்காகப் போராடிக் கொண்டிருந்த அதே வேளையில் அம்பேத்கர், அவர் சாதி பற்றிய கோட்பாட்டுரீதியான விளக்கத்தையும் உருவாக்கப் பாடுபட்டார். எனினும் சாதி பற்றிய கோட்பாட்டை உருவாக்குவது அவரது குறிக்கோளல்ல; அவர் நடத்திய நடைமுறைப் போராட்டத்திற்கு உதவியாகவே அந்தக் கோட்பாட்டு முயற்சியைப் பார்த்தார். அந்தப் போராட்டத்திற்கு மக்களை ஒழுங்கமைப்பதற்கும் சிலந்தி வலை போன்ற பிரச்சனைகளுடாக அவர்களை வழிநடத்திச் செல்லவும் சாதி பற்றிய புரிதல் அவருக்குத் தேவைப்பட்டது. பின்னர் அவர் ராஜதந்திரி என்னும் மிக உயர்ந்த நிலைக்குக் கொண்டு செல்லப்பட்டார். கடைசியில் புத்தரிடம் அடைக்கலம் புகுந்தார். அவரது வாழ்க்கை பற்றிய இந்த மேலோட்டமான பார்வையும்கூட, உண்மையைத் தேடிக் கண்டடைவதற்கு அவர் போராட்டம் நடத்தியதையும், கூடவே சிந்தனையிலும் செயலிலும் அவர் பரிணாம வளர்ச்சி பெற்றதையும் நமக்குத் தெரிவிக்கின்றன. எனவேதான் அவர், முரணற்றதன்மை என்பது கழுதைக்கு மட்டுமே உள்ள பண்பு என்று கருதினார். அவர் பெரும்பாலும் டூயிய[9] பிராக்மாட்டிஸ்டாக இருந்தார். விஷயங்கள் எவ்வாறு வளர்ச்சியடைகின்றனவோ அவற்றை அப்போதைக்கு அப்போது எதிர்கொள்வது என்னும் கொள்கையைக் கொண்டிருந்தார். உண்மையில் பாபாசாஹெப் அம்பேத்கரின் தத்துவம் இதுதான் என்று ஒன்றைத் தெளிவாகவும் திட்டவட்டமாகவும் வரையறுப்பது கடினம். ஏனெனில் அவரது தத்துவத்தில், அவரது வாழ்வின் ஒவ்வொரு கட்டத்திலும் போராட்டத்திலும் மேலோங்கியிருந்த வெவ்வேறு சிந்தனைப் போக்குகள் உள்ளடங்கியுள்ளன. எனினும் அவரது வாழ்வும் பணியும் நிச்சயமாக சுதந்திரம், சமத்துவம், சகோதரத்துவம் என்பனவற்றின் அடிப்படையில் உருவாக்கப்படும் ஒரு இலட்சிய சமுதாயம் பற்றிய தரிசனத்தை வெளிப்படுத்துகின்றன. ஆனால், இந்த சமுதாயத்தை

எவ்வாறு அடைவது என்பதை விளக்கக்கூடிய ஒருங்கிணைந்த சிந்தனை அமைப்பு ஏதும் அவரது படைப்புகளில் இல்லை – அப்படிப்பட்ட சமுதாயம் பற்றிய நம்பிக்கை அவரது படைப்புகள் எல்லாவற்றிலும் இழையோடிய போதிலும். தலித் விடுதலை என்பதை உலகளாவிய திட்டமாக, மானுடகுலத்தின் விடுதலை என்பதன் பிரிக்கமுடியாத பகுதியாகப் பார்த்தாரேயன்றி ஒரு குறிப்பிட்ட மக்களின் விடுதலை என்று அவர் பார்க்கவில்லை என்பது தெளிவு. எனினும் குறிப்பிட்ட மக்களின் விடுதலை என்பதிலிருந்தே மானுட குலம் அனைத்தின் விடுதலை என்பதற்குச் சென்றார். தனது வாழ்வின் வெவ்வேறு கட்டங்களில் பிரச்சனையைப் பகுத்தாய்வு செய்து புரிந்து கொள்வதற்கோ, அதற்கான தீர்வைச் சுட்டிக்காட்டுவதற்கோ வெவ்வேறு சிந்தனைகளுக்கு அழுத்தம் கொடுத்தார். அச்சிந்தனைகள் அனைத்தும் ஒன்றுக்கொன்று பிணைந்து பிரிக்கமுடியாத முழுமையாவது கடினம். எடுத்துக்காட்டாக அவர் தொடக்கத்தில் இந்து சமுதாயத்தை சீர்திருத்த முடியும் எனக் கருதினார். அது நடக்காததால், அரசியல் நடவடிக்கைகள் மூலம் தலித்துகளுக்குத் தனி உரிமைகள் பெற்றுத்தர முயன்றார். இறுதிநாள்களில், பௌத்தத்தை தழுவியதன் மூலம் சமுதாய ஒழுக்கநெறிக்கு அழுத்தம் தந்தார். அவரது எழுத்துக்களை மதிப்பீடு செய்வோமேயானால், அது அவர் ஒவ்வொரு கட்டத்திலும் கொடுத்துவந்த அழுத்தங்களில் ஏற்பட்ட மாற்றங்களை இன்னும் கூடுதலாகப் பதிவு செய்யும்.

ஆகவேதான், உபேந்திர பக்ஷியைப் போன்ற சில அறிஞர்கள், அம்பேத்கர் என்னும் தனிமனிதரின் பண்புக்கூறுகளில் பல அம்பேத்கர்களைக் காண்கிறார்கள். பக்ஷி தனது சொற்பொழிவில் ஏழு அம்பேத்கர்களை அடையாளப்படுத்தியுள்ளார். முதல் அம்பேத்கர் தீண்டாமைக் கொடுமைகளை முழுமையாக அனுபவித்த ஒரு அசல் தலித்; இரண்டாவது அம்பேத்கர், அறிவுப் புலமைக்கான எடுத்துக் காட்டாக இருப்பவர்; மூன்றாவது அம்பேத்கர் செயலூக்கமுள்ள பத்திரிகையாளர்; நான்காவது அம்பேத்கர் காந்தியின் வருகைக்கு முந்திய செயல்வீரர்; ஐந்தாவது அம்பேத்கர், ஒடுக்கப்பட்ட சாதியினருக்கான இடஒதுக்கீட்டைச் சட்டரீதியாக வழங்குதல் என்னும் பிரச்சனையில் மகாத்மாவுடன் [காந்தியுடன்] ஜீவ மரணப் போராட்டத்தில் ஈடுபட்டவர்; ஆறாவது அம்பேத்கர், அதிகார மாற்றம், அரசியல் சட்ட உருவாக்கம் ஆகியவற்றில் சம்பந்தப் பட்டிருந்த அரசியல் சட்டரீதியான அம்பேத்கர்; ஏழாவது அம்பேத்கர், 'இந்து மத துரோகி'. இதன் பொருள் 1927இல் மஹட்டில் மனுஸ்மிருதியைக் கொளுத்தியவர் என்பதல்ல; மாறாக 1935இல் மத மாற்றம் செய்துகொள்ளப் போவதாக குறியீட்டுத் தளத்தில் அறிவித்து

பின்னர் 1954ஆம் ஆண்டு இறுதியில் உண்மையாகவே பௌத்தத்தை தழுவியவர் என்பதாகும். [Upendra Baxi,' Emancipation and Justice: Babasaheb Ambedkar's Legacy and Vision' in Upendra Baxi and Bhiku Parekh [eds],Crisis and Change in Contemporary India, Sage Publications, New Delhi, 1995, pp 124-130.]அம்பேத்கரின் பண்புக்கூறுகளில் பல அம்பேத்கர்களைப் பார்ப்பதற்கு இது மட்டுமே ஒரே முறையல்ல; வெவ்வேறு அம்பேத்கர்களைப் பார்ப்பதற்கு வெவ்வேறு அணுகு முறைகளைப் பயன்படுத்த முடியும்.

அம்பேத்கரின் நடைமுறைச் செயல்பாடுகளில் காணப்படும் சிக்கலான, பன்முகத்தன்மை, அவற்றுக்கு வழிகாட்டியாக இருந்த சிந்தனைக்ளை ஆராய்கையில் மேலும் சிக்கலான தன்மையுடைய தாகின்றது. அம்பேத்கரிடம் ஒரு குறிப்பிட்ட தத்துவ இழையைத் காணப் புறநிலைரீதியான முயற்சி மேற்கொள்ளும் எவரும், அது மிகவும் கடினமான காரியம் என்பதை அறிந்து கொள்வார். ஏனெனில் அவரது தத்துவம் என்பது நீரோட்டம் போல ஓடிக் கொண்டே இருந்ததும் தொடர்ந்து பரிணமித்து வந்ததும் ஆகும். உண்மையைத் தேடி அம்பேத்கரின் சிந்தனை இடைவிடாது பரிணமித்து வந்தது. நமக்கு நன்கு தெரிந்த விடயம் என்னவென்றால், அம்பேத்கர் இளமைக் காலத்தில் சமுதாயத்தில் கலந்து வாழத் தொடங்கியபோது, சிறந்த மனிதர்களாக இருப்பதற்கு ஒழுக்க நெறிகளும் ஆன்மீகமும் தேவை என்னும் நம்பிக்கையைக் கொண்டிருந்தார். அவரது குடும்பம் கபீர் பந்தைச் சேர்ந்தது. அது போன்ற பல சமய நெறிகள் அன்று இருந்தன என்றாலும் அவற்றில் முற்போக்கானது கபீர் பந்த் நெறிதான். அது அடிப்படையில் மனிதர்கள் எல்லோரும் சரிசமமானவர்களே என்று கூறியது. கொலம்பியாப் பல்கலைக் கழகத்திற்கு அவர் சென்றபோது, மேற்கு நாட்டுத் தாராளவாதம் அவர் மீது பெரும் தாக்கம் ஏற்படுத்தியது. அங்கு சாதிகள் இல்லை என்பதை அறிந்துகொண்டார். தாராளவாதத்தை அவர் வெகுவாக உள்வாங்கிக் கொண்டபோதிலும் அதனால் அவர் கட்டுப்படுத்தப்படவில்லை. உண்மையில் அம்பேத்கர் மீது அவர் காலத்திய அனைத்து முக்கியமான அரசியல் சிந்தனைகளும்–தாராளவாத, பழமைவாத, முற்போக்கான சிந்தனைகள் அனைத்தும் – தாக்கம் ஏற்படுத்தின. ஆனால் அவரது அலாதியான தன்மை என்னவென்றால், அவர் அந்த மரபுகள் அனைத்தையும் கடந்துசென்றார் என்பதுதான். அமெரிக்க பிராக்மாடிஸ்ட்டும் ஃபேபியன் சோசலிஸ்டுமான ஜான் டூயியின்– அவர் அம்பேத்கரின் ஆசிரியருமாவார் – சிந்தனை அம்பேத்கர் மீது பெரும்தாக்கம் ஏற்படுத்தியது. அம்பேத்கரின் சிந்தனையில் குறிப்பிடத்தக்க தாக்கம் ஏற்படுத்தியவர் ஃபேபியன் சோசலிஸ்ட்டான

எட்வின் ஆர்.ஏ.செலிக்மன் ஆவார். அவர் அம்பேத்கரின் முனைவர் பட்ட ஆராய்ச்சிக்கான நெறியாளராக [Guide] இருந்தவர். அம்பேத்கர், உடன்பாட்டுடன், பழைமைவாத பிரிட்டிஷ் சிந்தனையாளரான எட்மண்ட் பர்க்கின் கூற்றுகளை அடிக்கடி மேற்கோள் காட்டுவதுண்டு. அவர் படித்த இலண்டன் ஸ்கூல் ஆஃப் எகனாமிக்ஸ் என்னும் கல்வி நிறுவனம் ஃபேபியன் சங்கத்தால் [Fabian Society] நிறுவப்பட்டது. ஃபேபியனிசத்தை நிறுவியவர்களான சிட்னி வெப், பீட்ரிஸ் வெப் ஆகியோர் அம்பேத்கர் அந்த நிறுவனத்தில் படிக்கும்போது அங்கு பேராசிரியர்களாகப் பணி புரிந்துவந்தனர். அம்பேத்கரின் தீவிரமான பொருள்முதல்வாதக் கருத்துகள் யாவும் ஃபேபியனிசத்திலிருந்து வந்தவை என்பதைக் காணலாம். ஆனால் அதேவேளை சமுதாய அமைப்புக்கான ஒழுக்கநெறிக்கு ஆதாரமாக மதம் பயன்படும் என்னும் நம்பிக்கை அவரிடம் எப்போதும் இருந்து வந்தது. இந்த நம்பிக்கை அவரது சிந்தனையிலுள்ள கருத்துமுதல்வாத இழையில் பிரதிபலிக்கிறது. ஆக, அவரது சிந்தனைகள், தத்துவங்களின் வரிசையில் உள்ள இரண்டு எதிரெதிர் முனைகளைத் தழுவுகின்றவையாக உள்ளன: முதலாவதாக, தாராளவாதத்திலிருந்து பழைமைவாதம், பழைமைவாதத்திலிருந்து தீவிர முற்போக்குவாதம்; இரண்டாவதாக, பொருள்முதல்வாதத்திலிருந்து கருத்துமுதல்வாதம். அவை, முதல் தோற்றத்திலேயே, அதீத முரண்பாடுகளைப் பிரதிபலிக்கின்றன. அவற்றை ஒன்றுக்கொன்று இணக்குவிப்பது எளிதான காரியம் அல்ல.

அம்பேத்கரியம், அம்பேத்கரின் தத்துவம் என்பன குறித்து எளிதாகப் பேசுகிறவர்கள் அவற்றின் வரையறையின் கீழுள்ள சிக்கலான, பன்முகத்தன்மையைப் புரிந்துகொள்ள வேண்டும். ''எனது சமூகத் தத்துவம் என்பது சுதந்திரம், சமத்துவம், சகோதரத்துவம் என்னும் மூன்று சொற்களில் அடங்கியுள்ளது'' என்று அம்பேத்கர் கூறுகையில் அவர் தனது தத்துவ தரிசனத்தை வெளிப்படுத்தினாரேயன்றி தத்துவத்தை அல்ல. தத்துவம் என்பது, ஞானம், கருத்துநிலை என்பன அல்ல. மாறாக, தத்துவம் என்பது மேற்சொன்னவற்றிலிருந்து மாறுபட்டது; அதாவது விமர்சனரீதியான விசாரணைதான் தத்துவம் ஆகும். இந்தப் பொருளில் அம்பேத்கரின் தத்துவத்தை அவர் எழுதிய, பேசிய பல்வேறு விடயங்களிலிருந்தும், மேலே காணப்படும் அவரது கூற்றின் தொடர்ச்சியாக அவர் கூறிய கீழ்க்கண்ட வாசகத்திலிருந்தும் கட்டமைக்க வேண்டும்: ''எனது தத்துவத்திற்கான வேர் சமயத்தில் இருக்கிறதேயன்றி, அரசியல் விஞ்ஞானத்தில் அல்ல. நான் அதை எனது ஆசானான புத்தரிடமிருந்து தருவித்திருக்கிறேன்.''

பௌத்தம் அவரது தத்துவத்தைத் தொகுத்துக் கூறுவதாகத் தோன்றலாம். ஆனால் அப்படியிருந்தாலும்கூட, சமகால உலகைக் கையாள்வதற்கு அவரது 'புத்தரும் அவரது தம்மமும்' என்னும் நூலின் அடிப்படையில்தான் அவரது தத்துவத்தைக் கட்டமைக்க முடியும். இப்படி அவரது தத்துவத்தைக் கட்டமைக்காமல், தெளிவான வரையறையும் திட்டவட்டமான வடிவமும் இல்லாமல் அம்பேத்கரியம் என்றும் அம்பேத்கரின் தத்துவம் என்றும் பேசுவது, இன்று நடப்பது போல, சுயநலவாதிகள் அவற்றைத் தவறாகப் பயன்படுத்திக்கொள்ளவே வழிவகுக்கும். யார் வேண்டுமானாலும் அம்பேத்கரியம் பற்றிப் பேசவும், தான் விரும்புகிற எதையும் செய்து கொண்டு அம்பேத்கரியராக இருக்கவும் முடிகின்ற நிலை இப்போது உள்ளது. இதுதான், தலித் இயக்கத்தில் பிளவுகள் ஏற்படும் போக்கிற்குக் காரணமாக உள்ள நமது கருத்துநிலைக் குழப்பத்திற்கான மூலாதாரம் என்பதைக் கருத்தில் கொள்ள வேண்டும்.

அம்பேத்கரியத்தின் நெகிழ்வுத்தன்மை, ஆளும் வர்க்கங்கள் தங்கள் நலன்களுக்கு அதைப் பயன்படுத்திக் கொள்வதை மிகவும் எளிதாக்கிவிடுகிறது. ஆனால், போராட்டங்களில் வேரூன்றியுள்ளதும் வெகுமக்களால் உள்வாங்கப்பட்டதுமான நன்கு வரையறைக்கப் பட்ட அம்பேத்கரியம் நம்மிடம் இருக்குமானால், அது சுலபமான திரிபுகளுக்கு உட்படாது. ஆளப்படும் வர்க்கங்கள் தங்களுக்கான ஒரு புரட்சிகரமான தத்துவத்தை வைத்துக்கொள்வதை, ஆளும் வர்க்கங்கள் தங்களிடமுள்ள அனைத்து அதிகாரங்களையும் கொண்டு தடுக்கும். ஆனால் அத்தத்துவம் மக்களின் போராட்டத்துடன் பிரிக்கமுடியாத படி ஒன்றுபட்டிருக்குமானால், ஆளும் வர்க்கங்களின் இத்தகைய முயற்சிகள் தோல்வியடையும். அவற்றால், அத்தத்துவத்தை மறுதலிப்பதற்கான முயற்சியை மேற்கொள்ளமுடியுமேதவிர, அதை திரிபுபடுத்துவதைப் பற்றி நினைக்கவே முடியாது. அவை தம் வசமுள்ள அனைத்து உத்திகளையும் பயன்படுத்தும்: மக்களை அணைத்துக் கொள்வதிலிருந்து தொடங்கி அவர்களை ஒடுக்குவது வரை அனைத்து உத்திகளையும் பயன்படுத்தும். ஆனால் மக்களிடம் ஓர் உறுதியான தத்துவம் இருக்குமானால், இந்த உத்திகள் அனைத்தையும் அவர்களால் முறியடிக்க முடியும்.

மக்களை இறுகப் பற்றும் தத்துவம் ஓர் உயிரோட்டமுள்ள சக்தியாகும். அதனைக் கட்டமைப்பதில் கல்விமான்களின் பங்களிப்பு இருக்கலாம். ஆனால், அந்தப் பங்களிப்புக்கும் மேலாக, மக்கள் தங்கள் உரிமைகளுக்காக நடத்தும் போராட்டங்களின் மூலமே அத்தத்துவம் வடிவமைக்கப்பட்டுப் பரப்பப்படுகிறது. மக்களுக்கான ஆயுதமாகப் பயன்படவேண்டும் என்று எந்தத் தத்துவவாதிகளாலும்

தோற்றுவிக்கப்படும் எந்த ஒரு தத்துவமும் மக்களின் போராட்டங்களின் மூலமாக வடிவமைக்கப்படுவதும் மறுவடிவமைக்கப்படுவதும் அவசியம். அம்பேத்கரியம் என்பது நன்கு வரையறுக்கப்பட்ட தெளிவான சிந்தனை அமைப்பாக இல்லாதபோது, தங்களது மையப் பிரச்சனைகளுக்காக தலித்துகள் நடத்தும் போராட்டத்தின் ஊடாகவே அம்பேத்கரியம் என்னும் தத்துவத்தை உருவாக்க முடியும். அம்பேத்கரின் சிந்தனைகள், மக்கள் தங்கள் நடைமுறைப் போராட்டங்களில் பெற்றுள்ள அனுபவங்கள் ஆகியன இயங்கியல் ரீதியாக முட்டி மோதுவதன் மூலமே அம்பேத்கரியம் என்னும் தத்துவத்தைக் கட்டமைக்க முடியும். இந்த முயற்சிக்கு, அவரது மகத்தான தரிசனம் [சுதந்திரம், சமத்துவம், சகோதரத்துவம்] ஒளிவிளக்காகவும் உள் உந்துதலாகவும் அமையும். அரசியல் அதிகாரத்தின் மீதுள்ள மிதமிஞ்சிய மோகம், அதை அடைவதற்குக் காட்டப்பட்ட அவசரம் ஆகியவற்றின் காரணமாக அம்பேத்கரியர்கள் போராட்டம் என்னும் சாதனத்தைக் கைவிட்டுவிட்டார்கள். மக்களின் போராட்டங்களின் மூலம் அரசியல் அதிகாரத்தைப் பெறுவது வேறு, ஏற்கனவே உள்ள அதிகாரச் சக்திகளுடன் அணி சேர்ந்து அதைப் பெறுவது வேறு. மக்களின் போராட்டங்களின் மூலம் அரசியல் அதிகாரத்தைப் பெறுவது ஈட்டுதல் என்றால், அதிகாரச் சக்திகளுடன் அணிசேர்ந்து அதைப் பெறுவது என்பது பிச்சை வாங்குதல் ஆகும். முன்னது திட்டவட்டமானது, பருண்மையானது; பின்னது வெறும் கானல் நீர். நினைத்துப் பார்க்கக்கூடிய அனைத்து வகை ஏழ்மை நிலைகளாலும் அவதிப்பட்டு வருபவர்களும் நிலமற்ற தொழிலாளர்களையே மிகப் பெரும்பான்மையினராகக் கொண்டுள்ளவர்களுமான தலித்துகள், அதிகாரக் கட்டமைப்புக்கு எதிராக நடத்தும் போராட்டம் மட்டுமே அவர்கள் தங்களது உரிமைகளைப் பெறுவதற்கும் அரசியல் அதிகாரத்தைக் கட்டியெழுப்புவதற்குமான ஒரே பாதையாகும். இத்தகைய போராட்டத்தை ஊக்குவித்து, அம்பேத்கரின் எழுத்துக்களுக்கும் பேச்சுகளுக்கும் நடைமுறைரீதியான விளக்கங்கள் பெற்று, அம்பேத்கரியம் என்னும் தத்துவத்தை வடிவமைக்க பாபாசாஹெப் அம்பேத்கரின் தரிசனம் ஒளிவிளக்காகத் திகழும். மேலும், போராட்டம் என்பது மக்களுக்கு அரசியல் கல்வி புகட்டுவதற்கான மிகச்சிறந்த முறை; மக்களின் கருத்துநிலை ஆதாரங்கள் மாசுபடுவதைத் தடுக்கக்கூடிய மிகச்சிறந்த கோட்டை; மக்கள் எஃகுப் போன்ற உறுதியைப் பெறுவதற்கான மிகச்சிறந்த உடற்பயிற்சிப் பள்ளி. அம்பேத்கரியர்கள் இந்த இலக்கணத்தை மறந்து, போராட்டத்தை உதறித் தள்ளிவிட்டு, அரசியல் அதிகாரம் என்னும் பொய்மானுக்குப் பின்னால் ஓடினர். குதிரைக்கு முன்னால் வண்டியைப் பூட்டியதன் மூலம், தலைவர்கள் என்னும் வேடத்தில்

அற்ப அதிகாரத் தரகர்கள் பலர் தங்கள் மத்தியிலிருந்து தோன்றுவதை அனுமதித்துவிட்டனர். அப்படி நடந்தபின், அந்த அதிகாரத் தரகர்கள் தாங்கள் அதிகாரத்தில் தொடர்ந்து இருப்பதற்காக எதையும் செய்யத் தயங்கவில்லை. அம்பேத்கரியர்களுக்கு நேர்ந்தது இதுதான். மக்கள் இதைக்கண்டு புலம்பித் தள்ளலாம். முக்கி முனகலாம், தங்கள் தலைவர்கள் மீது கோபம் கொள்ளலாம். ஆனால் அவர்களை என்ன செய்வது என்பது அவர்களுக்குத் தெரியாது. அவர்களில் ஒரு பகுதியினர் அந்த தலைவர்கள் தங்களுக்குச் சில நன்மைகளைக் கொண்டுவருவர் என்னும் நம்பிக்கையில் தொடர்ந்து திளைத்துக் கொண்டிருக்கலாம்.

அரசுவாதம் [Statism] என்பது அம்பேத்கரிய தலித்துகளைத் தாக்கியுள்ள மற்றொரு நோயாகும். அதாவது, அரசு என்பது அதிகாரத்தின் பரிசுத்தமான வடிவம், அது நியாயமும் பாரபட்சமற்ற தன்மையும் கொண்டது, தலித்துகளுக்கு நன்மை வழங்குவது என்னும் நம்பிக்கையாகும். இந்த நம்பிக்கைக்கான மூலாதாரங்கள் என்ன என்பதைப் புரிந்துகொள்வது எளிதல்ல. எனினும் அதிகாரத்தின் உறைவிடமான அரசை, கடுகளவு அதிகாரமும்கூட இல்லாத மக்கள் சார்ந்திருப்பதைப் புரிந்துகொள்வது எளிதானது. எப்படியிருந்தாலும் அரசின் பலத்தை அவர்களால் எதிர்த்து நின்றிருக்க முடியாது என்பதும் இதற்கு ஒரு காரணமாக இருக்கலாம். ஆயினும் இதன் பொருள், அரசின் தன்மையைப் புரிந்துகொள்ளாமல் இருக்கவேண்டும் என்பதோ, அதை முற்றிலும் சார்ந்து இருக்க வேண்டும் என்பதோ அல்ல. அரசு என்பது அடிப்படையில் ஆளும் வர்க்கங்களின் கையில் உள்ள ஒடுக்குமுறைக் கருவி; தற்போதைய சமூக-பொருளாதார, அரசியல் அமைப்பைப் பேணிப் பாதுகாக்கும் காவலன். அரசால் பலவற்றைச் செய்யமுடியும், ஆனால் இன்றைய சமூக-பொருளாதார அமைப்பின் கட்டுக்கோப்புக்குள்தான். இந்த அமைப்பை எதிர்க்கும், அதற்குக் கட்டுப்பட மறுக்கும் எதனையும் அதனால் செய்யமுடியாது. அதிகபட்சம் போனால் தலித்துகளால் இந்த அரசிலிருந்து வலி நிவாரணங்கள் சிலவற்றை மட்டுமே பெற முடியும். அவர்களுக்குத் தேவையானதோ சமூக-பொருளாதாரக் கட்டமைப்பு மாற்றம். ஆனால் இதற்கு அரசு இணங்காது. சமூக-பொருளாதாரக் கட்டமைப்பில் மாற்றம் ஏற்பட வேண்டுமானால், அரசே மாற்றப்பட வேண்டும். ஆனால் இதை எந்த அரசும் சகித்துக் கொள்ளாது. எனினும் தலித்துகள் இத்தகைய மாற்றத்தை ஏற்படுத்து வதைத் தங்கள் குறிக்கோளாகக் கொண்டு, அதற்கான மூல உத்தியை [Strategy] வகுக்கவேண்டும். தந்திர உத்திகள் [Tactics] இந்த மூல உத்தியால் நிர்ணயிக்கப்படும். ஆனால், இதுவரை நடந்துள்ளது

என்னவென்றால், தலித்துகள் முழுமையாகவே அரசுவாதிகளாக, அரசைத் தாங்கிப்பிடிப்பவர்களாக ஆகிவிட்டனர். ஒரு விடயத்திற்கு அரசு மதிப்புக் கொடுத்தால்தான் தலித்துகளும் அதை மதிக்கிறார்கள். இந்த அரசுவாதம், அம்பேத்கரியர்களிடம் ஒரு அரசியல் பண்பாடாக வளர்ந்துள்ளது. இதற்கான மூலாதாரத்தை பாபாசாஹெப் அம்பேத்கரிடம் காணலாம். ஆனால் அவர், இந்து சமூக அமைப்புக்குப் பின்னால் உள்ள மேலாண்மைச் சக்திகளுக்கு எதிரான தனது அடிப்படைப் போராட்டத்தின் போது, காலனிய அரசைப் பகைத்துக்கொள்ள விரும்பவில்லை; மாறாக, சாத்தியமானபோது, அதைப் பயன்படுத்திக் கொள்ளவும் செய்தார். அரசு என்னும் நிறுவனத்தை அவர் ஒருபோதும் இகழ்ந்ததில்லை; அரசியல் சட்டரீதியான ஒரு அரசு அவசியமானது என்று கருதினார்; அத்தகைய அரசை உருவாக்குவதற்கு அவர் பங்களிப்புச் செய்தார். அரசிற்கு ஏதேனும் நோய்கள் ஏற்படுமானால் அதற்குக் காரணம் அதை நிர்வகிக்கும் மனிதர்களிடம் உள்ள இழிகுணம்தான் என்று கருதினார். ஆனால், நாம் இந்த மேலெழுந்தவாரியான அவதானிப்புகளுக்கும் அப்பால் சென்று, எத்தகைய அரசை அரசியல் சட்டரீதியான அரசு என்று அவர் கருதினார் என்பதைப் புரிந்துகொள்ள வேண்டும். யாராலும் மாற்றமுடியாத வகையில், சமூக நீதியை உத்திரவாதம் செய்யக்கூடியதும் சுதந்திரம், சமத்துவம், சகோதரத்துவம் ஆகியவற்றைக் கொண்ட ஒரு சமுதாயத்தை உருவாக்கும் திசையில் செல்லக்கூடியதுமான கட்டமைப்பைக் கொண்ட அரசைத்தான் அவர் அரசியல் சட்டரீதியான அரசு என்று கருதினார். அதனால்தான் அவர் சமுதாயத்தின் பொருளாதாரக் கட்டமைப்பு என்பதை அரசியல் சட்டத்தின் மாற்றமுடியாத பகுதியாகச் சேர்க்கப்பட வேண்டும் என்றும், அப்படிச் செய்வதன் மூலம் எதிர்காலத்தில் யாரும் எளிதாக அந்தக் கட்டமைப்பின் மீது கைவைக்க மாட்டார்கள் என்றும் கருதினார். அவரது சிந்தனையில் குடிகொண்டிருந்தது இதுதான் என்பதை அவரது 'அரசும் சிறுபான்மையினரும்' என்னும் கட்டுரை சுட்டிக்காட்டுகிறது. ஆனால் அவர் விரும்பியதற்கு முற்றிலும் நேர்மாறானதே நடந்தது. இதை நினைத்துப் புலம்புவது எளிது. ஆனால், நாம் ஆழமாகச் சிந்தித்துப் பார்த்து, அவரது எண்ணம் நடைமுறைச் சாத்தியமற்றதாக இருந்தது என்பதைப் புரிந்துகொள்ள வேண்டும். அவர் அரசியல் சட்ட வரைவுக் குழுத் தலைவராக இருந்தபோதிலும், அரசமைப்பு அவையில் [Constituent Assembly] அவரால் தனது கருத்துகளை எடுத்துச்சொல்ல முடியவில்லை என்னும் உண்மையே மேலே சொல்லப்பட்டதற்கான சான்றாகும். அரசியல் சட்டம் குறித்துப் பின்னர் அவர் வெளியிட்ட கூற்றுகள் இந்த சான்றை வலுப்படுத்துகின்றன.

அம்பேத்கரின் விருப்பம் நிறைவேறாமல் போனது, ஆளும் சக்திகளின் பின்னிணைப்பாக இருப்பதன் மூலம் தங்கள் சுய நலன்களை அதிகரித்துக்கொள்ளும் சந்தர்ப்பவாதிகளுக்குக் கிடைத்த சௌகரியமான வாய்ப்பாகிவிட்டது. தங்களது அதிகாரத் தேடலையும் செல்வத்தேடலையும் தலித் அம்பேத்கரியர்களின் அதிகாரம் எனக் காட்டி, அந்த மக்களை ஏமாற்றுவதற்காக அம்பேத்கர் விரும்பிய பிரதிநிதித்துவ முறையைப் பயன்படுத்திக் கொண்டனர். மக்களும் அவர்கள் சொல்வதை நம்பினர்.

இந்த விடயத்தை இதோடு விட்டுவிட்டு நமக்கு எதிரே உள்ள சவால்களைப் பார்ப்போம்.

அம்பேத்கரியர்கள் எதிர்கொள்ளும் சவால்கள்

அம்பேத்கரியர்கள் எதிர்கொள்ளும் சவால்கள் அனைத்திலும் முதன்மையானது, தலித் மக்களின் போராட்டத்திற்கு வழிகாட்டும் தத்துவமாக அம்பேத்கரியத்தைக் கட்டமைப்பதாகும். அம்பேத்கரியம் என்பதை வரலாற்றைச் சேர்ந்த அம்பேத்கருடன் மட்டும் குறுக்கி விடக்கூடாது. நமக்கு வேண்டியது தலித்துகளின் போராட்டத்துக்கான முழுமையான போர்க்கவசமாக உள்ள அம்பேத்கராகும். இந்த அம்பேத்கரியத்தைக் கட்டமைக்க வரலாற்றைச் சேர்ந்த அம்பேத்கர் முதன்மையான மூலாதாரமாக இருக்கிறார். ஆயினும் இந்த மூலாதாரத்துடன், கடந்த அறுபதாண்டுக்காலப் போராட்ட அனுபவத்தையும் சேர்த்துக் கொள்ளவேண்டும். நமது போர்க் கவசத்தை வார்த்தெடுப்பதற்கு வரலாற்றைச் சேர்ந்த அம்பேத்கரிட மிருந்து பெற்றுக்கொள்ள இன்னும் ஆழமான விஷயங்கள் ஏராளமாக உள்ளன. ஆனால், அவற்றில் பெரும்பகுதியைச் சிலர் தவறாகக் கையாண்டு, அழுக்கேற்றி, திரிபுபடுத்தி, அவற்றின் முனை மழுங்கச் செய்து, சிதைத்துவிட்டனர். நாம் அவற்றிலுள்ள அழுக்கைப் போக்கி, சீர் செய்து, கூர்மைப்படுத்தி, மறுகட்டமைப்புச் செய்யவேண்டும். அம்பேத்கரின் சிந்தனை, ஏதேனும் ஒரு கட்டத்தில் தேங்கிப்போகாத, இயக்காற்றல் மிக்க சிந்தனையாகும். எனவே அதைத் துரிதமாகப் புகைப்படம் பிடித்து, இதுதான் அம்பேத்கரியம் என்று கூறுவது தவறான எண்ணத்தைத் தோற்றுவிக்கும். அம்பேத்கர் உண்மையை நோக்கிய மகத்தான தேடலில் ஈடுபட்டார். ஏனெனில், அவர் எதிர்கொண்ட பிரச்சனைகளுக்கான தீர்வைக் காண்பதற்கு மரபான தத்துவங்களில் பயனுள்ளவை ஏதும் இருக்கவில்லை. அவரது தேடலுக்குக் காரணமாக இருந்த ஆதங்கங்களையும் அக்கறை களையும் நாம் புரிந்துகொள்ள வேண்டும். அவற்றை மதிப்பீடு செய்து ஒப்பேறக்கூடிய தத்துவத்தைக் கட்டமைக்க வேண்டும். அதை

நடப்புக்காலப் பிரச்சனைகளைக் கையாள்வதற்குப் பிரயோகிக்கப் படக்கூடியதாக ஆக்கவேண்டும். இப்படிக் கட்டமைக்கும் நிகழ்வுப் போக்கில் நாம் அதிலுள்ள வரம்புகளைத் துல்லியமாக அறிந்து கொண்டு அவற்றை வென்று செல்லும் வழியைத் தெரிந்துகொள்ள வேண்டும்.

அம்பேத்கரியம் என்னும் தத்துவத்தின் கட்டமைப்பை தலித்துகளின் போராட்டங்களே வடிவமைக்க வேண்டும். தத்துவத்தை முதலில் கட்டமைப்பதா, போராட்டங்களை முதலில் நடத்துவதா என்பது கோழி முதலில் வந்ததா, முட்டை முதலில் வந்ததா என்னும் கேள்வியை ஒத்ததாகத் தோன்றலாம். ஆனால், நாம் பெரும்பான்மையான தலித்துகள் மீது கவனம் குவித்தால், அம்பேத்கரியம் என்னும் தத்துவத்தைக் கட்டமைப்பது உடனடியாக இயலக்கூடியதாகவே தோன்றும். நிலத்தின் மூலமோ, பாதுகாப்பான வேலைவாய்ப்பு மூலமோ தலித்துகளின் வாழ்க்கைக்கான பாது காப்பை உத்திரவாதம் செய்தல், நகர்ப்புறங்களில் உள்ள மிகச் சிறந்த பள்ளிக்கூடங்களில் கிடைக்கும் தரமான கல்வி தலித் மாணவர் களுக்கும் கிடைக்கச் செய்தல், உடல்நலப் பாதுகாப்பு வசதிகளையும் சுகாதார வசதிகளையும் கிடைக்கச் செய்தல், இது போன்ற இன்ன பிற பிரச்சனைகள் மீது நாம் கவனம் செலுத்தியிருக்கிறோமா? தலித் குழந்தைகளிடம் சோகை நோய், சத்தூட்டக் குறைவு, உடல்வளர்ச்சிக் குறைவு ஆகியன பெருமளவில் இருக்கின்றன என்பது குறித்து நாம் கவலைப்பட்டிருக்கிறோமா? அவற்றைப் போக்கும் அக்கறை நமக்கு இருந்திருக்கிறதா? இந்தப் பிரச்சனைகளை நாம் எடுத்துக்கொண்டால், முன்னேறிச் செல்வதற்கான பாதையைக் கண்டறிவோம். நமது தத்துவம் அடிப்படையில் இந்தப் போராட்டங்களுக்குப் பயன் படுவதாக இருக்கவேண்டும். உண்மையாக நடைபெறும் போராட்டங்களின் ஊடாகவும் அரசு அவற்றை எதிர்கொள்ளும் விதத்தின் மூலமாகவும் பல்வேறு வர்க்கங்கள் அந்தப் போராட்டங் களுக்கு எதிர்வினை செலுத்தும் முறைகளின் மூலமாகவும் இந்தத் தத்துவம் செழுமைப்படுத்தப்படும். மக்களின் கைகளில் அம்பேத்கர் ஓர் ஆயுதமாக இருப்பதைப் பாதுகாப்பதற்கான ஒரே வழி இதுதான். மக்களை ஏமாற்றும் செயல்களைத் தடுப்பதற்கு உகந்த நடவடிக்கையும் இதுதான்.

மேற்சொன்ன நடவடிக்கைக்கு இணைப்பொருத்தமான மட்டத்தில், சந்திக்கப்பட வேண்டிய வேறு சில சவால்களும் உள்ளன. தலித் இயக்கத்தை விமர்சனரீதியாகப் பார்க்கும் சவால் இருக்கிறது. கீழ்க்காணும் கேள்விகளை நாம் எழுப்பவேண்டும்: தலித் இயக்கத்தில் உள்ளடங்கிய இலக்கு என்ன? அது சாதி ஒழிப்பா?

ஆளும் சாதியாக உருவாவதா? தலித்துகள் ஒரு ஆளும் சாதியாக வரவேண்டும் என்றால், அது சாத்தியமானதுதானா? எந்த சாதி ஆளும் சாதியாக வேண்டும்? ஏனெனில் தலித் என்பது ஒரு சாதி அல்ல. மாறாக முன்பு தீண்டத்தகாத சாதிகள் எனச் சொல்லப்பட்டவை அனைத்தையும் உள்ளடக்கியதும் கிட்டத்தட்ட ஒரு வர்க்கமாக அமைகின்றதுமாகும். தலித்துகள் ஆளும் சக்தி என்னும் நிலைக்கு உயரவேண்டும் என்றால், 'தலித்' என்பதைக் கட்டமைப்பது எப்படி? இதுகாறும் செய்துவந்ததைப் போல ஒரு குறிப்பிட்ட சாதியைக் கொண்டா? அல்லது வேறு எந்த முறையினைக் கொண்டா? தலித் இயக்கத்தின் குறிக்கோள், சாதி ஒழிப்பு என்றால், நாம் எல்லா விடயங்களையும் ஏன் சாதி அடிப்படையில் பார்க்கவேண்டும்? சாதியை அடிப்படையாகக் கொண்ட அமைப்புகளின் மூலம் சாதியை ஒழிக்க முடியுமா? சாதி அடிப்படையில் அமைப்புகள் வேண்டாம் என்றால், அந்த அமைப்புகளை எதன் அடிப்படையில் உருவாக்குவது? நம்மை மனிதத்தன்மையற்றவர்களாக்கும் அருவருக்கத்தக்க விடயமாகிய சாதியைப் பற்றிய போதுமான புரிதல் நம்மிடம் உள்ளதா? இன்றைய நிலையில் நாம் வகுத்துக்கொள்ள வேண்டிய மூல உத்தி என்ன? எத்தகைய தந்திர உத்திகள் நமக்குத் தேவை? நமது நண்பர்கள் யார்? பகைவர்கள் யார்? நமது இலக்கு சாதிக்கப்பட்டுவிட்டுவிட்டது என்பதைக் குறிப்பது எது? நாம் இந்தக் கேள்விகளையும் எழுப்புவோமேயானால், நிச்சயமாக நமது இயக்கத்தில் இருந்த பிழைகள் என்ன, சரியானவை என்ன என்பதைத் தெரிந்துகொள்வோம். நமக்குத் தெளிவான குறிக்கோள் இருக்க வில்லை என்பதை, நமது கருத்தாடல்கள் வெறும் சொற்ஜாலத்தை அடிப்படையாகக் கொண்டிருந்தனவேயன்றி, சரியான புரிதலின் அடிப்படையில் இருக்கவில்லை என்பதை, நமது போராட்டத்துக் கான அடிப்படையாக இருந்த சாதி என்பதைக்கூட நாம் சரியாகப் புரிந்துகொள்ளாமலிருந்தோம் என்பதை, நமக்கு ஒரு மூல உத்தி இல்லாமல் போனதை, நமது நண்பர்கள் யார், பகைவர்கள் யார் என்பதை அறிந்துகொள்ளாமல் போனதை, இவை அனைத்தின் காரணமாக நாம் எந்தத் திசையில் செல்லவேண்டுமோ அதற்கு எதிரான திசையில் சென்று சாதிகளை ஒழிப்பதற்குப் பதிலாக அவற்றை வலுப்படுத்தியிருக்கிறோம் என்பதைத் தெரிந்து கொள்வோம்.

நாம் யாருக்கு எதிராக, எதற்கு எதிராகப் போராடி வருகிறோம் என்பதைப் பற்றிய மதிப்பீட்டை நம்மால் செய்ய முடியும். நமது போராட்டம் தலித்துகளுக்கான போராட்டம் என்றால், தலித்துகள் என்பவர்கள் யார்? அவர்களது அடிப்படையான

நலன்கள் – உடனடியான நலன்கள், குறுகிய காலத்துக்கும் நீண்டகாலத்துக்கும் இடையிலான நலன்கள், நீண்டகால நலன்கள்– யாவை? அவையனைத்தையும் நமது மூல உத்திக்குள் கொண்டு வருவது எப்படி? நமது இயக்கத்தின் பேச்சுப் பொருளாக [Theme] இருந்துவந்தது எது? அது நாம் கண்டறிந்த தலித் நலன்களைப் பிரதிபலிக்கிறதா? இல்லாவிட்டால், அது எவ்வாறு எங்கிருந்து நமது இயக்கத்துக்குள் வந்தது? நம்மால் அதைத் திருத்தமுடியுமா? தலித்துகளின் நலன்களை நம்மால் மட்டுமே தனியாக நின்று நிறைவேற்ற முடியுமா? நமது நேச சக்திகள் யாவை? இந்தக் கேள்விகளும் இவைபோன்ற பிற கேள்விகளும் நாம் அடிப் படையிலேயே தவறான குறியிலக்கைத் தேர்ந்தெடுத்துக் கொண்டோம் என்பதைப் பார்க்கச் செய்யும். நமது தலித்துகள் கிராமப்புற மக்கள், எழுத்தறிவற்றவர்கள், நிலத்தோடு பிணைக்கப்பட்டவர்கள். அப்படியிருக்க, நமது மூல உத்தி முற்றிலும் படித்த, நகர்ப்புற தலித்துகளையே அடிப்படையாகக் கொண்டிருந்தது. இந்தப் படித்த, நகர்ப்புற தலித்துகள் பரந்துபட்ட தலித் வெகுமக்களைப் பிரதிநிதித்துவம் செய்பவர்கள் அல்ல. நாம் அந்த வெகுமக்களைத் தவறவிட்டது எப்படி? இடஒதுக்கீட்டை வலுயுறுத்தியதுதான் நமது மூல உத்தியா? யாருக்கு அந்த இட ஒதுக்கீடு? நமது குறிக்கோளைப் பொருத்தவரை இடஒதுக்கீடுகள் மூலம் நாம் சாதித்தவை எவ்வளவு? இன்று நாம் கடைப்பிடிக்கும் செயல்திட்டத்தில் செய்யப்பட வேண்டிய திருத்தங்கள் என்ன? அவற்றைச் செய்வது எவ்வாறு? தலித்துகள் மேல்சாதிக்காரர்களை எதிர்த்துப் போராட்டம் நடத்திய போது, அவர்கள் அரசின் தலையீட்டைச் சார்ந்திருந்தனர். பாபாசஹெப் அம்பேத்கரின் காலத்தில் அது காலனிய அரசாக இருந்தது. சாதி இந்துகளுடன் அவர் மோதலில் ஈடுபட்டுக் கொண்டிருந்தபோது அந்தக் காலனிய அரசைப் பகைத்துக்கொள்ள விரும்பவில்லை. அவரது அனுமானம் என்னவென்றால் அரசு நடுநிலையாகவும் பாரபட்சமின்றியும் செயல்படும் என்பதாகும். அப்போதும்கூட, போராட்டக் காலங்களில் அவருக்கு அந்த அரசு மீது விரக்தி ஏற்பட்ட நிகழ்வுகளும் இருந்தன. எப்படியிருப்பினும், மேற்சொன்ன அனுமானத்தை, 1947ஆம் ஆண்டுக்குப் பிந்திய அரசு தொடர்பாகவும் வைத்துக் கொள்ளமுடியுமா? இந்திய அரசியல் சட்டத்தை நிர்மாணித்தவர் பாபசாஹெப் அம்பேத்கரே என்று தலித்துகள் நம்புகிறார்கள். ஆனால் அவரே பலமுறை அந்த அரசியல் சட்டம் தனதல்ல என்று கூறியதை அவர்கள் சௌகரியமாக மறந்துவிடுகின்றனர். இன்னொரு விடயத்தை அவர்களுக்கு நாம் நினைவூட்ட வேண்டும். அட்டவணை சாதியினர் கூட்டமைப்பின் சார்பாக அரசமைப்பு அவையிடம் அவர் முன்வைத்த கோரிக்கை

மனுதான் 'அரசும் சிறுபான்மையினரும்' என்னும் ஆவணமாகும். சமுதாயத்தின் பொருளாதாரக் கட்டமைப்பை அரசியல் சட்டத்தின் பிரிக்கமுடியாத பகுதியாக்க வேண்டிய தேவையைச் சுட்டிக்காட்டும் நோக்கத்துடன்தான் அந்தக் கோரிக்கை மனு தரப்பட்டது. அவருக்கு ஒத்துவராத அந்தக் காலத்தில், அரசமைப்பு அவைக்குத் தன்னால் செல்லமுடியும் என்னும் நம்பிக்கைகூட அவரிடம் முதலில் இருக்க வில்லை. ஆனால், அவரால் அந்த அவைக்குச் செல்லமுடிந்தது மட்டுமின்றி, வரைவுக் குழுவின் தலைவராகவும் ஆகமுடிந்தது. அந்த மேலான நிலையில் அவர் இருந்தபோதிலும், 'அரசும் சிறுபான்மையினரும்' என்னும் ஆவணத்தின் சாரத்தை அரசியல் சட்டத்தில் அவரால் சேர்க்க முடியவில்லை என்பது எதிர்கால சந்ததியினருக்கான வரலாற்றுப் பாடமாகும். அரசமைப்பு அவையில் ஒரே ஒருமுறை மட்டுமே, அந்த ஆவணத்தின் ஒரு பகுதியை பரிசீலனைக்கு எடுத்துக்கொள்ளும்படி கூறினார். அதேவேளை என்ன காரணத்தினாலோ, தான் அதை வற்புறுத்தப்போவதில்லை என்றும் அவசரம் அவசரமாகக் கூறிவிட்டார். அரசமைப்பு அவை உருவாக்கப் பட்ட விதம் என்ன என்பதை அவர் அறிந்திருந்தார், எனவே, 'அரசும் சிறுபான்மையினரும்' என்னும் ஆவணத்தில் இருந்த முற்போக்கான செயல்திட்டத்தை வற்புறுத்துவது வீண்செயல் என்பதையும் அறிந்திருந்தார். அரசியல் சட்டத்தைப் பற்றிய தவறான கருத்துகளைக் கொண்டிருக்கும் தலித்துகள் இந்த விடயங்களையும் அரசியல் சட்டத்தின் உருவாக்கம் தொடர்பான பிற விடயங்களையும் புரிந்துகொள்வது அவர்களுக்குள்ள பெரும் சவாலாகும். அரசின் மீது சரியான பார்வையைச் செலுத்துவார்களேயானால், அது குடிமைச் சமுதாயத்திலுள்ள மனுவாதிகளைவிட மிகப்பெரும் ஒடுக்குமுறைச் சக்தி என்பதைப் புரிந்துகொள்வர்.

அம்பேத்கரியர்களிடம் உள்ள முக்கிய குறைகளில் ஒன்று என அனுபவம் காட்டுவது என்னவென்றால், அவர்கள் கடந்தகாலத்தை நோக்கியவர்களாக உள்ளார்கள் என்பதுதான். அம்பேத்கரியர்களின் சொல்லாடல்களில் பெரும்பாலானவை கடந்தகாலத்தை நோக்கிய வையாகும். அவர்கள், சாதிகளின் மூலங்களையும் அவற்றின் கூறுகளையும் புரிந்துகொள்ள அம்பேத்கர் மேற்கொண்ட முயற்சி களை தாங்களும் செய்ய விரும்புகிறார்கள்–அதற்கான காரணம் எதுவாக இருந்தபோதிலும். சூத்திரர்கள் யார்? தலித்துகள் யார்? சாதி அமைப்பு தோன்றியது எவ்வாறு?, தலித்துகள் பௌத்தர்களாக இருந்தது எவ்வாறு?, இந்து வழிபாட்டுத் தலங்கள், முன்பு பௌத்த விகாரைகளாக இருந்தனவா? திருப்பதி, சபரிமலை, வித்தல் கோவில்கள் முன்பு என்னவாக இருந்தன? காந்தியோ நேருவோ செய்தது என்ன? என்பன போன்ற கேள்விகளை எழுப்புவதில்

அவர்கள் மகிழ்ச்சியடைவதாகத் தோன்றுகிறது. தலித்துகளின் நிலை சரிந்துவருவதும், அவர்களிடையே நிலமற்றோர் எண்ணிக்கை அதிகரித்துவருவதும், கடந்த பத்தாண்டுகளில் பொதுத்துறை, அரசாங்க வேலைகள் கிடைப்பது தொடர்ந்து குறைந்துகொண்டே வந்து, நிகர இடஒதுக்கீடு என்பது பூஜ்ஜியமாக ஆகிவிட்டதும் அவர்களது அக்கறைக்குள்ளாவதில்லை. முதலாளியம் உலகத்தை எவ்வாறு வடிவமைத்துள்ளது? உலகமயமாக்கலால் கொண்டு வரப்பட்ட மாற்றங்கள் என்ன?, அந்த மாற்றங்கள் மூலம் நமக்கு ஏற்பட்டுள்ள நிலை என்ன? புவி–சார் அரசியல் மாற்றங்களிலிருந்து நாம் பாதிக்கப்படாமல் பாதுகாக்கப்பட்டுள்ளோமா? அமெரிக்காவிலோ, ஆப்பிரிக்காவிலோ உள்ள கறுப்பின மக்கள் சாதித்துள்ளவற்றோடு ஒப்பிடுகையில் நாம் சாதித்துள்ளவற்றின் அளவு என்ன? உலக முதலாளியம் மக்களின் ஆதார வளங்களைக் கொள்ளையடித்து வருவதற்கு எதிராக நடந்துவரும் போராட்டங்களில் நமக்கு ஒரு பாத்திரம் இருக்கவேண்டாமா? இன்னும் ஏராளமான கேள்விகள் உள்ளன. எனவே நமக்குள்ள சவால் என்பது தலித் அம்பேத்கரியர்களைக் கடந்த காலத்திலிருந்து நிகழ்காலத்துக்கு இழுத்துவந்து எதிர்காலத்தைப் பார்க்கும்படி அவர்களை உந்தித் தள்ளுவதுதான். அப்போதுதான் அவர்கள், சாதி–எதிர்ப்பு இயக்கம் தொடங்கி ஒரு நூற்றாண்டுக் காலத்திற்குப்பிறகு சாதி அமைப்பில் என்னென்ன மாற்றங்கள் ஏற்பட்டுள்ளன என்பதை அறிந்து கொள்வார்கள். பாம்பு அவர்களைக் கடந்து ஓடிவிட்டபிறகு தாங்கள் பாம்புத் தடத்தை அடித்துகொண்டிருந்ததை உணர்வார்கள். அவர்கள் எதிர்கொள்ளவேண்டியது நடப்புக்கால யதார்த்தம்தானேயன்றி, அதன் மீதுள்ள கடந்தகால அடையாளங்கள் அல்ல என்பதை உணர்வார்கள். அம்பேத்கரியர்கள் நிகழ்காலத்துக்கு வந்தவுடன், தமக்கு எதிரே உள்ள சவால்களை அவர்களாகவே பார்ப்பார்கள். உறங்கிக்கொண்டிருக்கும் இராட்சசனைப் பற்றிப் பழங்கதைகளில் சொல்லப்படுகிறதே, அவனைப் போன்றவர்கள் தலித் அம்பேத்கரியர்கள். அந்த இராட்சதனை தூக்கத்திலிருந்து எழுப்பினால், அவன் உலகத்தை அசைத்துக் குலுக்குவான். அம்பேத்கரியர்கள் மயக்கத்தில் ஆழ்ந்துள்ளனர், தவறான கருத்து நிலை மருந்துகள் அவர்களைத் தூக்கத்தில் ஆழ்த்தியுள்ளன என்று கருதுபவர்களில் நானும் ஒருவன். அவர்கள் தங்களது யதார்த்தநிலை, தங்களது சுற்றுச்சூழலின் யதார்த்த நிலை ஆகியவற்றைக் காண்பதற்குத் தூக்கத்திலிருந்து விழித்தெழுவார்களேயானால், இந்தியாவின் இன்றையநிலை இனி அப்படியே தொடர்ந்து இருக்காது.

*****

குறிப்புகள்

1. அட்டவணை சாதியினருக்கான இடஒதுக்கீட்டில் பயனடைந்தவர்கள், தாங்கள் அடைந்த பயனில் குறைந்தது ஐந்து விழுக்காட்டையாவது தங்கள் சமூகத்திற்கு (Community) தர வேண்டும் என்பதை அம்பேத்கர் வலியுறுத்தினார்.

2. '15 விழுக்காட்டினருக்கு எதிராக 85 விழுக்காட்டினர்': இந்திய மக்கள் தொகையில் 15 விழுக்காட்டினராக மட்டுமே உள்ள பார்ப்பனர்கள், இருபிறப்பாளர்கள் எனச் சொல்லிக்கொள்ளும் இந்து மேல் சாதியினர் ஆகியோருக்கு எதிராக 85 விழுக்காடாக உள்ள தாழ்த்தப்பட்ட சாதியினராக உள்ள தலித்துகள், பிற்படுத்தப்பட்ட, மிகவும் பிற்படுத்தப்பட்ட வகுப்பினர், இதர சிறுபான்மையினர் ஆகிய பஹுஜன்கள் ஒன்றுதிரண்டு போராடி அந்த 15 விழுக்காட்டினரின் ஆதிக்கத்தையும் ஆட்சியையும் ஒழித்துக்கட்ட வேண்டும் என்பது கன்ஷிராமின் கருத்து.

3. மூல உத்தி (Strategy) நீண்டகாலக் குறிக்கோளை அடைவதற்கான திட்டம். அந்தத் திட்டத்தை நிறைவேற்றுவதற்காக சந்தர்ப்ப சூழ்நிலைகளைப் பொருத்து மேற்கொள்ளப்படும் செயல்களே தந்திர உத்தி (Tactic).

4. வாஷிங்டன் பொதுக்கருத்து (Washington Consensus): 'புதிய உலக அமைப்பு' ஒன்றை உருவாக்க முனைந்த ஹிட்லரின் நாஜி ஜெர்மனியின் திட்டத்திற்கு எதிர்வினையாக, இரண்டாம் உலகப் போர் நடந்துகொண்டிருக்கையிலேயே, அமெரிக்காவும் பிரிட்டனும் இன்றைய சர்வதேச நிதியம் (International Monetary Fund), உலக வங்கி (World Bank) ஆகியன போன்ற சர்வதேச நிறுவனங்களை உருவாக்குவதில் முனைப்புக் காட்டின. பிரபல பிரிட்டிஷ் பொருளாதார வல்லுநர் ஜான் மேனார்ட் கெய்ன்ஸ் (John Meynard Keynes), அமெரிக்க நிதியமைச்சர் ஹாரி டெம்ஸ்டெர் ஒயிட் (Harry Dexter White) ஆகியோர் முன்வைத்த ஆலோசனைகள் 1942 ஏப்ரலில் வெளியிடப்பட்டன. 1944 ஜூலையில் அமெரிக்காவின் நியூஹாம்ப்ஷைர் மாகாணத்திலுள்ள ப்ரெட்டன் வுட் (Bretton Eood)

என்னுமிடத்தில் அன்றைய பிரிட்டிஷ் இந்தியா உள்ளிட்ட 44 நாடுகளின் பிரதிநிதிகள் கூடி இந்த ஆலோசனைகளை விவாதித்தனர். தொடக்கம் முதற்கொண்டே அமெரிக்காவின் குரல் ஓங்கியிருந்தது. அங்கு எடுக்கப்படும் எந்த முக்கிய முடிவும் தனது நலன்களைப் பாதித்துவிடக்கூடாது என்பதில் அமெரிக்கா மிகவும் கவனமாக இருந்தது. கெய்ன்ஸ் கீழ்வரும் ஆலோசனைகளை முன்வைத்தார்: 1.பான்கோர் (Bancor) என்னும் சர்வதேச நாணயம் (கரன்ஸி) உருவாக்கப்பட வேண்டும்; எந்தவொரு நாடும் வர்த்தக உபரியையோ (Trade Surplus), அதாவது இறக்குமதியைவிட அதிகமாக ஏற்றுமதியையோ, வர்த்தகப் பற்றாக்குறையையோ (Trade Deficit), அதாவது ஏற்றுமதியை விட அதிகமான இறக்குமதியையோ வைத்திருப்பதைத் தடைசெய்ய வேண்டும்; 3. இதன் பொருட்டு ஒரு சர்வதேசப் பரிவர்த்தனைக் கணக்குத் தீர்வகத்தை (International Clearing House) உருவாக்கவேண்டும். ஆனால் உலகப் போரின்போது பிரிட்டன் கடனாளி நாடாகவும் அமெரிக்கா கடன் கொடுக்கும் நாடாகவும் இருந்ததால், சர்வதேச வர்த்தகம் குறித்த ஒவ்வொரு அம்சத்திலும் அமெரிக்கா விரும்பியபடியே முடிவுகள் எடுக்கப்பட்டன. அமெரிக்கப் பிரதிநிதி ஒயிட், சர்வதேச நாணய நிலைபேறாக்கல் நிதியம் (International Stabilization Fund-ISF), மறுகட்டமைப்பு மற்றும் வளர்ச்சிக்கான சர்வதேச வங்கி (International Bank for Re-Construction and Development -IBRD) ஆகியன உருவாக்கப்பட வேண்டும் என்னும் மாற்றுத்திட்டத்தை முன் வைத்தார். 'சர்வதேச நாணய நிலைபேறாக்கல் நிதியமும்', 'மறு கட்டமைப்பு மற்றும் வளர்ச்சிக்கான சர்வதேச வங்கியும்' சேர்ந்து வெவ்வேறு நாட்டு நாணயங்களுக்கிடையிலான பரிவர்த்தனை விகிதங்கள் (Exchange Rates) நிலையாக இருப்பதற்கு உதவும், வெளிநாட்டுச் செலாவணி மீதான கட்டுப்பாடுகளைக் குறைத்து பற்றாக்குறையுள்ள தேசங்களுக்குக் கடன் கொடுக்கும், போரால் பேரழிவுக்குள்ளான நாடுகளின் மறுகட்டமைப்புக்குத் தேவையான மூலதனத்தை வழங்கும் என்று அமெரிக்கப் பிரதிநிதி வாதிட்டார். வர்த்தக உபரியை வைத்திருக்கும் நாடுகளைத் தண்டிக்க 'சர்வதேசப் பரிவர்த்தனைக் கணக்குத் தீர்வக'த்தில் சேர்ந்துவரும் தொகைகளுக்கான வட்டியை அந்த நாடுகளிடமிருந்து கறக்க வேண்டும் என்றார் கெய்ன்ஸ். ஆனால் இறுதியில் அமெரிக்கா பரிந்துரைத்த 'சர்வதேச நாணய நிலைபேறாக்கல் நிதியம்' தான் ஏற்றுக்கொள்ளப் பட்டது. இது வர்த்தகப் பற்றுவரவுச் சுமையனைத்தையும் வர்த்தகப் பற்றாக்குறையுள்ள நாடுகள் மீது சுமத்தியது. வர்த்தக உபரியுள்ள நாடுகள் தமது வர்த்தக உபரியை முடிவில்லாமல் அதிகரித்துக்

கொண்டே செல்ல வழிவகுத்தது. இந்த நிதியம்தான் 1947 மார்ச் மாதத்திலிருந்து சர்வதேச நிதியம் (IMF) என்னும் பெயரில் செயல்படுகிறது. 1946 ஜூன் மாதத்திலிருந்து செயல்பட்டுக் கொண்டிருக்கும் 'மறுகட்டமைப்பு மற்றும் வளர்ச்சிக்கான சர்வதேச வங்கி' IRDBயாகும். இது தான் பொதுவாக 'உலக வங்கி' (World Bank) என அழைக்கப்படுகிறது.

சர்வதேச நிதியமும் உலக வங்கியும் 'வாஷிங்டன் பொதுக் கருத்து' (Washington Consensus) எனக் கூறப்படும் அமெரிக்கக் கருத்து நிலையால்தான் வழி நடத்தப்படுகின்றன. சர்வதேச நிதியத்தின் உயரதிகாரிகள் அமெரிக்காவிலுள்ள தனியார் நிதி நிறுவனங்களுடன் நெருக்கமான பிணைப்புகளைக் கொண்டுள்ளவர்களாவர். அவர்கள் ஒன்று, அமெரிக்காவின் மிகப் பெரும் பங்குச்சந்தைகளும் வர்த்தக வங்கிகளின் தலைமைப்பீடங்களுமுள்ள வால்ஸ்ட்ரீட்டிலிருந்து (Wall Street-இது நியூயார்க்கிலுள்ளது) வருகின்றனர் அல்லது இங்கு பணியாற்றி ஓய்வு பெற்றபின் அங்கு சென்றுவிடுகின்றனர். இது அமெரிக்க அரசுக்கும் அமெரிக்கத் தனியார் துறையைச் சேர்ந்த பெரும் வர்த்தக, நிதி நிறுவனங்களுக்குமுள்ள பிணைப்பை போன்றதுதான். இத்தகைய பிணைப்புகளின் காரணமாகவே சர்வதேச நிதியம் வளர்முக நாடுகளின் தனியார்துறை வங்கிகளுக்குச் சார்பாகவே நிற்கிறது. எடுத்துக்காட்டாக, கடனாளி நாடுகள் தாங்கள் வாங்கிய கடன்களுக்கான தவணைத் தொகைகளையும் வட்டிகளையும் சர்வதேச வங்கிகளிலேயே செலுத்தவேண்டும் என வற்புறுத்துகிறது. இந்த நாடுகள் கடன்களைத் திருப்பிக்கொடுக்காமல் இருப்பதைத் தடுக்க, பெருந்தொகைகளை மீண்டும் மீண்டும் கடனாகக் கொடுக்கிறது. உலக வங்கி, உலகெங்கிலும் நவ-தாராளவாதப் பொருளாதாரக் கொள்கையை நடைமுறைப்படுத்துவதில் முக்கிய பாத்திரம் வகிக்கிறது. 1960களிலும் 1970 களிலும் வளர்முக நாடுகள் ஒன்றிணைந்து வளர்ச்சியடைந்த நாடுகளைத் தட்டிக்கேட்கப் போவதற்கான அடையாளங்கள் தென்பட்டபோது அவற்றை அடக்குவதற்கு அமெரிக்க அரசு உலக வங்கியை ஒரு கருவியாகப் பயன்படுத்தியது. ஜி-8 எனப்படும் வளர்ச்சியடைந்த நாடுகளான அமெரிக்கா, கனடா, ஜப்பான், ரஷ்ஷியா, பிரிட்டன், பிரான்ஸ், ஜெர்மனி, இத்தாலி ஆகியன உலக வங்கியில் 48% வாக்குகளைப் பெற்றுள்ளன. அமெரிக்காவுக்கு மட்டும் 18% வாக்குகள் உள்ளன. சர்வதேச நிதியம், உலக வங்கி ஆகியவற்றின் அமைப்பு விதிகளின்படி, இவற்றில் எடுக்கப்படும் முக்கிய முடிவுகள் ஒவ்வொன்றுக்கும் 85% வாக்குகள் தேவை. அதேசமயம் எந்த ஒரு தீர்மானத்தையும் இரத்து செய்யும் 'வீட்டோ' அதிகாரம்

அமெரிக்காவுக்கு உள்ளது. உலக வங்கியின் தலைமையகம் அமெரிக்காவின் தலைநகரான வாஷிங்டனில் உள்ளது. ஒரு அமெரிக்கர்தான் எப்போதுமே உலக வங்கியின் தலைவராக முடியும் என்னும் நிலை இதுவரை நீடித்துள்ளது. உலக வங்கியுமே சர்வதேச நிதியத்தின் கட்டுப்பாட்டில் உள்ளது. சுருக்கமாகச் சொன்னால் 'வாஷிங்டன் பொதுக்கருத்தால்' வழி நடத்தப்படும் சர்வதேச நிதியத்தின் நிபந்தனைகளை ஏற்றுக்கொள்ளும் நாடுகளுக்கு மட்டுமே உலக வங்கி கடன்களை வழங்கும்.

5. ஃபேபியன் சோசலிசம்: 1884இல் பிரிட்டனில் தோற்றுவிக்கப்பட்ட ஃபேபியன் சங்கம் (Fabian Society) முதலாளியத்தில் சிறு சிறு சீர்திருத்தங்களைச் செய்வதன் மூலம் அதனைப் படிப்படியாக சோசலிசத்திற்கு மாறிச்செல்ல முடியும் என்னும் கருத்தை முன் வைத்தது. அதில் உறுப்பியம் வகித்த அனைவருமே அறிவுஜீவிகளாவர் (அறிஞர்கள், எழுத்தாளர்கள், அரசியல்வாதிகள்). அவர்களில் முக்கியமானவர்கள் சிட்னி வெப், பீட்ரிஸ் வெப், ஜார்ஜ் பெர்னார்ட் ஷா, பின்னாளில் பிரிட்டிஷ் தொழிற் கட்சியின் சார்பில் பிரிட்டிஷ் பிரதமராக இருந்த ராம்ஸெ மெக்டொனால்ட் ஆகியோராவர்.

6. சமூக-டார்வினியம் (Social-Darwinism): 'உயிரினங்களின் தோற்றம்' (The Orgin of Species) என்னும் நூலில் சார்லஸ் டார்வின், சுற்றுச் சூழலுக்குத் தம்மைத் தகவமைத்துக் கொள்வதற்காக உயிரினங்களுக்கிடையே நடக்கும் போட்டியில் வலியவை எஞ்சும் (Survival of the Fittest) என்னும் கருத்தைக் கூறியிருந்தார். அவரது பிற கருத்துகளை விடுத்து இதை மட்டும் எடுத்துக்கொண்ட சில பிற்போக்குத் தத்துவவாதிகள், அதனை சமுதாயக் களத்துக்கும் விரிவுபடுத்தி, சமுதாயத்தில் நடக்கும் போட்டா போட்டிகளில் வலியவர் மட்டுமே எஞ்சுவர் என்னும் கருத்தை உருவாக்கினர். நவ-தாராளவாதப் பொருளாதாரக் கொள்கையை நடைமுறைப் படுத்தும் உலகமயமாக்கல் என்னும் நிகழ்வுப்போக்கின் ஆதரவாளர்கள், பொருளாதாரத்தில் அரசுக் கட்டுப்பாடு நீக்கப்பட்டு, சந்தைப் பொருளாதாரம் ஊக்குவிக்கப்படுவதால், திறமையும் ஊக்கமும் உடைய யார்வேண்டுமானலும் செல்வம் ஈட்ட முடியும், பொருளாதார வளர்ச்சி பெறமுடியும் எனக் கூறுகின்றனர்.

7. பிராக்மாடிசம் (Pragmatism): பொதுவாக பிராக்மாடிசம் என்பது இந்த யதார்த்த உலகில் எதைச் சாதிக்கமுடியுமோ அதன் மீது அக்கறை கொள்ளவேண்டுமேயன்றி, ஒரு இலட்சிய உலகில் எதைச் சாதிக்க வேண்டும் எனச் சொல்லப்படுகிறதோ அதன் மீது அல்ல என்று கூறுகின்றது. அமெரிக்கத் தத்துவவாதிகளான வில்லியம் ஜேம்ஸ்

(William James: *1842-1910)*, ஜான் டூயி (John Dewey*: 1859-1952)* ஆகியோரால் விளக்கப்பட்ட இத்தத்துவம், கோட்பாட்டு நம்பிக்கைகள் (Theoretical Beliefs) என்பனவற்றின் மீது அல்லாது நடைமுறையிலுள்ள சூழ்நிலைமைகளிலேயே அக்கறை செலுத்த வேண்டும் என்றும், எந்தவொரு நம்பிக்கைகளுக்கான அர்த்தம், நியாயம் ஆகியனவற்றை, அவை நடைமுறைரீதியாக ஏற்படுத்தும் விளைவுகளின் அடிப்படையிலேயே மதிப்பிட வேண்டும் என்றும் கூறுகிறது. பிராக்மாடிச அரசியலுக்குக் குறிப்பிட்ட கருத்துநிலை அடிப்படை எதனையும் வரையறுத்துக் கூறமுடியாது எனப் பொதுவாகக் கருதப்பட்ட போதிலும் அதைக் கொள்கை நெறியற்ற சந்தர்ப்பவாத அரசியல் என்று கூறமுடியாது. இருக்கின்ற எல்லாவற்றையும் அடித்துகொண்டு போகிற சீர்திருத்தங்கள், புரட்சி ஆகியன யாருக்கும் பழக்கமில்லாத ஓர் நிலைக்குக் கொண்டு செல்லக்கூடும் என்பதால் அவை குறித்து எச்சரிக்கையாக இருக்க வேண்டும் என்றும், எனவே ஏற்கனவே உள்ள நிலைமைகளில் சிறிது சிறிதாக மாற்றங்களை ஏற்படுத்தி, நாம் விரும்புகின்ற விளைவை ஏற்படுத்திக்கொள்வதுதான் சரியானது என்றும் இத்தத்துவம் கூறுகிறது (Andrew Heywood, Political Ideologies An Introduction, Third Edition, Palgrave Macmillan, New York 2004, p 11).

8. விபாசனா: மன அமைதிக்காக அதை ஒருமுகப்படுத்தும் தியானம். கௌதம புத்தர்தான் இந்த தியான முறையைக் கண்டுபிடித்து, அதன் மூலம் மெய்ப்பொருள் அறிந்தார் எனக் கூறப்படுகிறது. உலகம் முழுவதிலும் இந்த தியான முறையைப் பரப்புவதற்காக ஏராளமான சங்கங்கள் இருக்கின்றன. பௌத்தர்கள் மட்டுமின்றி இந்துக்கள் முதலானோரும் விபாசனாவை நாடுகின்றனர்.

9. சமரசட்டா: இது ஆர்எஸ்எஸ் நடத்தும் இயக்கம். 'இசைவிணக்கம்' என்பது 'சமரசட்டா' என்னும் சொல்லின் நேரடி அர்த்தம். அதாவது இந்து சமுதாயத்தில் ஒவ்வொருவரும் அவரவர் சாதி அடையாளத்தை வைத்துக்கொண்டே, ஒருவருக்கொருவர் பகைமையும் வெறுப்பும் இன்றி இசைவிணக்கத்துடன் வாழலாம் என்று 'சமரசட்டா' கூறுகிறது. இது தலித்துகள் விரும்பும் 'சமதா' (சமத்துவம்) என்பதற்கு நேர்மாறானது என்றாலும் அது சாமானிய மக்களின் மனத்தில் குழப்பம் உண்டாக்கக் கூடியதாகும். மகாராஷ்டிராவில் தலித் இயக்கங்களிலுள்ள முக்கிய புள்ளிகள் சிலர் இந்தக் கருத்தில் மயங்கி ஆர்எஸ்எஸ் அமைப்புக்கு அடிமைப்பட்டுவிட்டனர்.

10. டூயிய பிராக்மாடிசம்: அமெரிக்கத் தத்துவவாதி ஜான் டூயியால் விளக்கப்பட்ட தத்துவம் (குறிப்பு 7 காண்க)

11. கபீர் பந்த் (கபீரின் மார்க்கம்): 15ஆம் நூற்றாண்டைச் சேர்ந்த பக்தி இயக்கக் கவிஞர் கபீரைப் பின்பற்றுபவர்களின் சமய நெறி. இந்து-முஸ்லிம் ஒற்றுமையை வலியுறுத்திய கபீரின் பக்தி மார்க்கத்தில் கடைப்பிடிக்கப்படும் சடங்குகள் இரு மதத்தினரையும் குறிக்கக்கூடியனவாக உள்ளன.

*****